Building success Habits: Transforming Your Daily Routine for Best results

విజయవంతమైన అలవాట్లను నిర్మించడం: ఉత్తమ ఫలితాల కోసం మీ రోజువారీ దినచర్యను మార్చుకోండి

Samarth

TABLE OF CONTENTS

TABLE OF CONTENTS

- దృష్టి మరియు ఉత్పాదకత కోసం బలమైన ఉదయపు దినచర్యను ఏర్పరచడం.

- పనులకు ప్రాధాన్యత ఇవ్వడం మరియు చేయాల్సిన పనుల జాబితాను రూపొందించడం.

- సమయాన్ని సమర్థవంతంగా నిర్వహించడం మరియు ధ్యాన భంగం చేయకుండా ఉండటం నేర్చుకోవడం.

- ఆరోగ్యకరమైన ఆలోచనా విధానం మరియు సానుకూల స్వీయ-మాటను అభివృద్ధి చేయడం.

- శారీరక ఆరోగ్యం మరియు శ్రేయస్సు కోసం అలవాట్లను నిర్మించడం.

- మానసిక స్పష్టత మరియు భావోద్వేగ మేధస్సు కోసం దినచర్యలను అమలు చేయడం.

- వ్యక్తిగత మరియు వృత్తిపరమైన వృద్ధి కోసం అలవాట్లను అభివృద్ధి చేయడం.

- మీ రోజువారీ చర్యల ద్వారా ఉద్దేశ్యం మరియు అర్థాన్ని సృష్టించడం.

Chapter 1: Introduction
అధ్యాయం 1: పరిచయం

అలవాట్లు ఏమిటి మరియు అవి విజయానికి ఎందుకు ముఖ్యమైనవి?

అలవాట్లు అనేవి మనం నిరంతరం, ఆలోచన లేకుండా చేసే చర్యలు. అవి మన జీవితంలో ఒక పెద్ద భాగాన్ని ఆక్రమిస్తాయి మరియు మన శరీరం, మనసు మరియు మన చుట్టూ ఉన్న ప్రపంచంతో మన సంబంధాన్ని ప్రభావితం చేస్తాయి.

అలవాట్లు ఏర్పడే ప్రక్రియను "రివార్డ్ సర్క్యూట్" అంటారు. మనం ఏదైనా చేస్తాము మరియు దాని నుండి ప్రతిఫలం పొందుతాము, అప్పుడు మన మెదడు ఆ చర్యను గుర్తిస్తుంది మరియు దానిని పునరావృతం చేయడానికి మనం మరింత అవకాశం ఉంది.

అలవాట్లు విజయానికి ముఖ్యమైనవి ఎందుకంటే అవి మనకు లక్ష్యాలను సాధించడంలో సహాయపడతాయి. మనం మంచి అలవాట్లను అభివృద్ధి చేస్తే, మనం మరింత ఉత్పాదకంగా, ఆరోగ్యంగా మరియు సుఖంగా ఉండవచ్చు.

అలవాట్ల రకాలు

అలవాట్లను రెండు ప్రధాన రకాలుగా విభజించవచ్చు:

- మంచి అలవాట్లు: మన లక్ష్యాలను సాధించడంలో మనకు సహాయపడే అలవాట్లు. ఉదాహరణకు, ఉదయం నిద్రలేవడం, క్రమం తప్పకుండా

వ్యాయామం చేయడం మరియు ఆరోగ్యకరమైన ఆహారం తినడం మంచి అలవాట్లు.

- చెడు అలవాట్లు: మన లక్ష్యాలను సాధించకుండా అడ్డుపడే అలవాట్లు. ఉదాహరణకు, ఆలస్యం చేయడం, సిగరెట్లు తాగడం మరియు ఎక్కువగా ఆహారం తినడం చెడు అలవాట్లు.

అలవాట్లను మార్చడం

అలవాట్లను మార్చడం కష్టం కావచ్చు, కానీ అసాధ్యం కాదు. కొన్ని చిట్కాలు:

- మీ లక్ష్యాలను స్పష్టంగా నిర్వచించండి. మీరు ఏమి సాధించాలనుకుంటున్నారో మీకు తెలిస్తే, మీరు మీ అలవాట్లను దానికి అనుగుణంగా సర్దుబాటు చేయవచ్చు.

- చిన్న మార్పులతో ప్రారంభించండి. ఒకేసారి చాలా మార్పులు చేయడం కష్టం, కాబట్టి చిన్న మార్పులతో ప్రారంభించండి మరియు వాటిని స్థిరంగా ఉంచండి.

- మీ అలవాట్లను ట్రాక్ చేయండి. మీరు పురోగతిని చూస్తే, మీరు మరింత ప్రేరేపితులవుతారు.

- మీకు సహాయం కోసం అడగండి. మీ స్నేహితులు, కుటుంబ సభ్యులు లేదా వృత్తిపరమైన సహాయం మీకు అలవాట్లను మార్చడంలో సహాయపడుతుంది.

చిన్న రోజువారీ మార్పుల శక్తి

చిన్న రోజువారీ మార్పులు మన జీవితాన్ని మార్చగలవని మనం తరచుగా వింటాము. కానీ అవి నిజంగా ఏమి చేయగలవు?

చిన్న రోజువారీ మార్పులు మన జీవితాన్ని మార్చగలవు ఎందుకంటే అవి ఒకదానితో ఒకటి కలిసిపోతాయి. ఒక చిన్న మార్పు మరొక చిన్న మార్పుతో కలిసిపోయి, మరొక చిన్న మార్పుతో కలిసిపోయి, మొత్తం మార్పును సృష్టిస్తుంది.

ఉదాహరణకు, మీరు ప్రతిరోజూ 30 నిమిషాలు వ్యాయామం చేయడం ప్రారంభిస్తే, ఇది మీ ఆరోగ్యం మరియు శరీర బరువును మెరుగుపరుస్తుంది. మీరు ప్రతిరోజూ ఒక గంట చదవడం ప్రారంభిస్తే, ఇది మీ జ్ఞానాన్ని పెంచుతుంది మరియు మీకు మరింత ఉత్పాదకంగా ఉండటంలో సహాయపడుతుంది. మీరు ప్రతిరోజూ 10 నిమిషాలు మీకు ఇష్టమైన కార్యకలాపం కోసం సమయం కేటాయిస్తే, ఇది మీ మానసిక ఆరోగ్యాన్ని మెరుగుపరుస్తుంది మరియు మీకు మరింత సంతోషంగా ఉండటంలో సహాయపడుతుంది.

చిన్న రోజువారీ మార్పుల శక్తిని మీ జీవితంలోని ఏదైనా రంగంలో చూడవచ్చు. మీరు మీ వృత్తిలో ముందుకు వెళ్లాలనుకుంటే, ప్రతిరోజూ కొత్త నైపుణ్యాలను నేర్చుకోవడం ప్రారంభించండి. మీరు మీ ఆర్థిక పరిస్థితును మెరుగుపరచాలనుకుంటే, ప్రతిరోజూ కొంత సమయం మీ బడ్జెట్‌పై పని చేయండి. మీరు మీ సంబంధాలను మెరుగుపరచాలనుకుంటే, ప్రతిరోజూ మీ భాగస్వామితో కనీసం 15 నిమిషాలు నాణ్యమైన సమయాన్ని గడపండి.

చిన్న రోజువారీ మార్పులను ప్రారంభించడానికి ఇక్కడ కొన్ని చిట్కాలు ఉన్నాయి:

- మీ లక్ష్యాలను స్పష్టంగా నిర్వచించండి. మీరు ఏమి సాధించాలనుకుంటున్నారో మీకు తెలిస్తే, మీరు మీ అలవాట్లను దానికి అనుగుణంగా సర్దుబాటు చేయవచ్చు.

- చిన్న మార్పులతో ప్రారంభించండి. ఒకేసారి చాలా మార్పులు చేయడం కష్టం, కాబట్టి చిన్న మార్పులతో ప్రారంభించండి మరియు వాటిని స్థిరంగా ఉంచండి.

- మీ అలవాట్లను ట్రాక్ చేయండి. మీరు పురోగతిని చూస్తే, మీరు మరింత ప్రేరేపితులవుతారు.

- మీకు సహాయం కోసం అడగండి. మీ స్నేహితులు, కుటుంబ సభ్యులు లేదా వృత్తిపరమైన సహాయం మీకు అలవాట్లను మార్చడంలో సహాయపడుతుంది.

అలవాటు ఏర్పడటానికి దోహదపడే శాస్త్రం

అలవాట్లు అనేవి మనం నిరంతరం, ఆలోచన లేకుండా చేసే చర్యలు. అవి మన జీవితంలో ఒక పెద్ద భాగాన్ని ఆక్రమిస్తాయి మరియు మన శరీరం, మనసు మరియు మన చుట్టూ ఉన్న ప్రపంచంతో మన సంబంధాన్ని ప్రభావితం చేస్తాయి.

అలవాట్లు ఏర్పడే ప్రక్రియను "రివార్డ్ సర్క్యూట్" అంటారు. మనం ఏదైనా చేస్తాము మరియు దాని నుండి ప్రతిఫలం పొందుతాము, అప్పుడు మన మెదడు ఆ చర్యను గుర్తిస్తుంది మరియు దానిని పునరావృతం చేయడానికి మనం మరింత అవకాశం ఉంది.

అలవాటు ఏర్పడటానికి దోహదపడే శాస్త్రం గురించి మనం తెలుసుకోవలసిన కొన్ని ముఖ్యమైన అంశాలు ఇక్కడ ఉన్నాయి:

- అలవాట్లు ఒక శారీరక ప్రక్రియ. మన మెదడులోని డోపామైన్ అనే న్యూరోట్రాన్స్మిటర్ అలవాటు ఏర్పడటంలో ముఖ్యమైన పాత్ర పోషిస్తుంది. డోపామైన్ అనేది ఒక ప్రతిఫల సంకేతం, ఇది మనం ఏదైనా ఆనందదాయకమైన చర్యను చేయడం ద్వారా పొందుతాము.

- అలవాట్లు ఒక మెమరీ ప్రక్రియ. మన మెదడులోని కొన్ని నిర్దిష్ట న్యూరోన్లు కలిసిపోయి అలవాటును ఏర్పరుస్తాయి. ఈ న్యూరోన్లు మనం ఆ చర్యను ప్రతిసారీ చేయడం ద్వారా బలపడతాయి.

- అలవాట్లు ఒక స్వయంచాలక ప్రక్రియ. మనం ఒక అలవాటును చాలాసార్లు చేయడం ద్వారా, అది మన

మెదడులోని ఒక స్వయంచాలక ప్రక్రియగా మారుతుంది. అంటే, మనం దాని గురించి ఆలోచించకుండా దాన్ని చేయగలము.

అలవాటు ఏర్పడటానికి దోహదపడే శాస్త్రం గురించి మనకు అవగాహన ఉంటే, మనం మంచి అలవాట్లను అభివృద్ధి చేయడానికి మరియు చెడు అలవాట్లను మార్చడానికి మరింత సమర్థవంతంగా ఉండవచ్చు.

మంచి అలవాట్లను అభివృద్ధి చేయడానికి

- మీ లక్ష్యాలను స్పష్టంగా నిర్వచించండి. మీరు ఏమి సాధించాలనుకుంటున్నారో మీకు తెలిస్తే, మీరు మీ అలవాట్లను దానికి అనుగుణంగా సర్దుబాటు చేయవచ్చు.

- చిన్న మార్పులతో ప్రారంభించండి. ఒకేసారి చాలా మార్పులు చేయడం కష్టం, కాబట్టి చిన్న మార్పులతో ప్రారంభించండి మరియు వాటిని స్థిరంగా ఉంచండి.

- మీ అలవాట్లను ట్రాక్ చేయండి. మీరు పురోగతిని చూస్తే, మీరు మరింత ప్రేరేపితులవుతారు.

మీ ప్రస్తుత అలవాట్లను మరియు వాటి ప్రభావాన్ని గుర్తించడం

మీరు మీ లక్ష్యాలను సాధించడానికి మరియు మీ జీవితాన్ని మెరుగుపరచడానికి మంచి అలవాట్లను అభివృద్ధి చేయాలనుకుంటే, మీరు మొదట మీ ప్రస్తుత అలవాట్లను అర్థం చేసుకోవాలి. మీరు ఏమి చేస్తున్నారు? మీ అలవాట్లు మీ జీవితంలో ఏమి ప్రభావం చూపుతున్నాయి?

మీ ప్రస్తుత అలవాట్లను గుర్తించడానికి, మీరు క్రింది ప్రశ్నలను మీకు అడగవచ్చు:

- ప్రతిరోజూ నేను ఏమి చేస్తున్నాను?

- నా అలవాట్లు ఏమిటి?

- ఈ అలవాట్లు నా జీవితంలో ఏమి ప్రభావం చూపుతున్నాయి?

మీ ప్రస్తుత అలవాట్లను గుర్తించడానికి మీరు కొన్ని టూల్స్‌ను కూడా ఉపయోగించవచ్చు. ఉదాహరణకు, మీరు ఒక డైరీ లేదా అలవాట్ల ట్రాకర్‌ను ఉపయోగించి మీ కార్యకలాపాలను రికార్డ్ చేయవచ్చు. మీరు మీ స్నేహితులు లేదా కుటుంబ సభ్యులతో మాట్లాడి మీ అలవాట్ల గురించి వారి అభిప్రాయాన్ని కూడా తీసుకోవచ్చు.

మీ ప్రస్తుత అలవాట్లను గుర్తించడం ద్వారా, మీరు మీ లక్ష్యాలను సాధించడానికి మీకు సహాయపడే మంచి అలవాట్లను అభివృద్ధి చేయడానికి మరియు చెడు అలవాట్లను మార్చడానికి మీరు మరింత సమర్థవంతంగా ఉండవచ్చు.

మీ ప్రస్తుత అలవాట్లను గుర్తించడానికి కొన్ని చిట్కాలు:

- ఒక వారానికి కనీసం ఒకసారి మీ కార్యకలాపాలను రికార్డ్ చేయండి. మీరు ఏమి చేస్తున్నారో, ఎప్పుడు చేస్తున్నారో మరియు ఎందుకు చేస్తున్నారో గుర్తించుకోండి.

- మీ అలవాట్లను గుర్తించడానికి మీ స్నేహితులు లేదా కుటుంబ సభ్యులతో మాట్లాడండి. వారు మీరు ఏమి చేస్తున్నారో మరియు మీ అలవాట్లు మీ జీవితంలో ఏమి ప్రభావం చూపుతున్నాయో గుర్తించుకోవడంలో మీకు సహాయపడవచ్చు.

- మీ అలవాట్లను గుర్తించడానికి టూల్స్‌ను ఉపయోగించండి. ఉదాహరణకు, మీరు ఒక డైరీ, అలవాట్ల ట్రాకర్ లేదా క్రైమ్ ట్రాకర్‌ను ఉపయోగించవచ్చు.

మీ ప్రస్తుత అలవాట్లను గుర్తించడం ద్వారా, మీరు మీ జీవితంలో మార్పులను తీసుకురావడానికి మరింత సమర్థవంతంగా ఉండవచ్చు.

లక్ష్యాలను నిర్దేశించడం మరియు కావలసిన ఫలితాలను గుర్తించడం

మన జీవితంలో మనం ఏమి సాధించాలనుకుంటున్నామో తెలుసుకోవడం చాలా ముఖ్యం. లక్ష్యాలు మనకు దృష్టిని ఇస్తాయి మరియు మనం ముందుకు సాగడానికి మనకు ప్రేరణనిస్తాయి.

లక్ష్యాలను నిర్దేశించేటప్పుడు, మనం కొన్ని విషయాలను గుర్తుంచుకోవాలి:

- మన లక్ష్యాలు స్పష్టంగా మరియు నిర్దిష్టంగా ఉండాలి. మనం ఏమి సాధించాలనుకుంటున్నామో మనకు తెలియకపోతే, మనం దానిని సాధించడానికి మార్గాన్ని కనుగొనడం కష్టం.

- మన లక్ష్యాలు సాధ్యమైనవిగా ఉండాలి. మనం చాలా ఎక్కువ లక్ష్యాలను నిర్దేశించుకుంటే, మనం వాటిని సాధించడం కష్టం అవుతుంది.

- మన లక్ష్యాలు సమయపరిమితం చేయాలి. మనం ఎప్పుడు సాధించాలనుకుంటున్నామో మనకు తెలియకపోతే, మనం దానిని సాధించడానికి ఒక ప్రణాళికను రూపొందించడం కష్టం.

మన లక్ష్యాలను నిర్దేశించుకున్న తర్వాత, మనం కావలసిన ఫలితాలను గుర్తించడం ముఖ్యం. ఈ ఫలితాలు మన లక్ష్యాలను సాధించినప్పుడు మనం చూడాలనుకునే వాటిని సూచిస్తాయి.

కావలసిన ఫలితాలను గుర్తించడం ద్వారా, మనం మన లక్ష్యాలను సాధించడానికి మరింత దృష్టి పెట్టగలుగుతాము.

మనం ఏమి సాధించాలనుకుంటున్నామో మరియు దానిని సాధించడానికి మనం ఏమి చేయాలి అనే దాని గురించి మనకు మరింత స్పష్టమైన అవగాహన ఉంటుంది.

కావలసిన ఫలితాలను గుర్తించడానికి కొన్ని చిట్కాలు:

- మీ లక్ష్యాలను ఒక్కొక్కటిగా విభజించండి. ప్రతి లక్ష్యం కోసం చిన్న చిన్న ఫలితాలను గుర్తించండి.

- మీ ఫలితాలను మీరు సులభంగా కొలవగలిగేలా చేయండి. మీరు ఏమి సాధించారో మీరు చూడగలిగితే, మీరు మరింత ప్రేరేపితులవుతారు.

- మీ ఫలితాలను సానుకూలంగా రూపొందించండి. మీరు ఏమి సాధించాలనుకుంటున్నారో గురించి ఆలోచించండి, మీరు ఏమి కోల్పోవాలనుకుంటున్నారో కాదు.

లక్ష్యాలను నిర్దేశించడం మరియు కావలసిన ఫలితాలను గుర్తించడం ద్వారా, మనం మన జీవితంలో మార్పులను తీసుకురావడానికి మరింత సమర్థవంతంగా ఉండవచ్చు.

Chapter 2: Understanding Your Daily Routine
అధ్యాయం 2: మీ రోజువారీ దినచర్యను అర్థం చేసుకోవడం

మీ ప్రస్తుత రోజువారీ దినచర్యను విశ్లేషించడం

మీరు మీ జీవితంలో మార్పులను తీసుకురావాలనుకుంటే, మొదట మీ ప్రస్తుత రోజువారీ దినచర్యను విశ్లేషించడం ముఖ్యం. మీరు ఏమి చేస్తున్నారు? మీ సమయాన్ని ఎలా గడుపుతున్నారు? మీ దినచర్య మీ లక్ష్యాలను సాధించడంలో మీకు సహాయపడుతుందా?

మీ ప్రస్తుత రోజువారీ దినచర్యను విశ్లేషించడానికి, మీరు క్రింది ప్రశ్నలను మీకు అడగవచ్చు:

- ప్రతిరోజూ నేను ఏమి చేస్తున్నాను?
- నా సమయాన్ని ఎలా గడుపుతున్నాను?
- నా దినచర్యలో నాకు ఏది ముఖ్యం?
- నా దినచర్యలో నాకు ఏది తక్కువ ముఖ్యం?
- నా దినచర్యలో ఏ మార్పులను చేయాలనుకుంటున్నాను?

మీ ప్రస్తుత రోజువారీ దినచర్యను విశ్లేషించడం ద్వారా, మీరు మీ లక్ష్యాలను సాధించడానికి మీకు సహాయపడే మార్గాలను కనుగొనవచ్చు. మీరు మీ సమయాన్ని మరింత సమర్థవంతంగా ఎలా ఉపయోగించవచ్చో మరియు మీ లక్ష్యాలను సాధించడానికి మీకు ఏ కొత్త అలవాట్లను అభివృద్ధి చేయవచ్చో మీరు తెలుసుకోవచ్చు.

మీ ప్రస్తుత రోజువారీ దినచర్యను విశ్లేషించడానికి కొన్ని చిట్కాలు:

- ఒక వారానికి కనీసం ఒకసారి మీ కార్యకలాపాలను రికార్డ్ చేయండి. మీరు ఏమి చేస్తున్నారో, ఎప్పుడు చేస్తున్నారో మరియు ఎంత సమయం తీసుకుంటుందో గుర్తించుకోండి.

- మీ దినచర్యను విశ్లేషించడానికి ఒక స్కేల్ లేదా క్యాలెండర్‌ను ఉపయోగించండి. మీరు మీ సమయాన్ని ఎలా గడుపుతున్నారో మరింత సులభంగా చూడడానికి ఇది మీకు సహాయపడుతుంది.

- మీ స్నేహితులు లేదా కుటుంబ సభ్యులతో మీ దినచర్య గురించి మాట్లాడండి. వారు మీ దినచర్య గురించి మరింత స్పష్టమైన అవగాహనను పొందడంలో మీకు సహాయపడవచ్చు.

మీ ప్రస్తుత రోజువారీ దినచర్యను విశ్లేషించడం ద్వారా, మీరు మీ జీవితంలో మార్పులను తీసుకురావడానికి మరింత సమర్థవంతంగా ఉండవచ్చు.

సమయాన్ని వృథా చేసే మరియు ఉత్పాదకత లేని కార్యకలాపాలను గుర్తించడం

మనం ప్రతిరోజూ మన సమయాన్ని అనేక విభిన్న కార్యకలాపాలపై వెచ్చిస్తాము. కొన్ని కార్యకలాపాలు మన లక్ష్యాలను సాధించడంలో మనకు సహాయపడతాయి, మరికొన్ని మాత్రం మన సమయాన్ని వృథా చేస్తాయి.

సమయాన్ని వృథా చేసే మరియు ఉత్పాదకత లేని కార్యకలాపాలను గుర్తించడం చాలా ముఖ్యం. ఈ కార్యకలాపాలను గుర్తించి, వాటిని తగ్గించడానికి లేదా తొలగించడానికి చర్యలు తీసుకుంటే, మనం మన సమయాన్ని మరింత సమర్థవంతంగా ఉపయోగించవచ్చు మరియు మన లక్ష్యాలను సాధించడానికి మరింత దగ్గరగా చేరుకోవచ్చు.

సమయాన్ని వృథా చేసే మరియు ఉత్పాదకత లేని కార్యకలాపాలను గుర్తించడానికి, మనం క్రింది ప్రశ్నలను మనకు అడగవచ్చు:

- ఈ కార్యకలాపం నాకు ఏమి ఇస్తుంది?

- ఈ కార్యకలాపం నా లక్ష్యాలను సాధించడంలో నాకు సహాయపడుతుందా?

- ఈ కార్యకలాపం నా సమయాన్ని మరింత సమర్థవంతంగా ఉపయోగించడానికి నాకు అనుమతిస్తుందా?

ఈ ప్రశ్నలకు సమాధానం ఇవ్వడం ద్వారా, మనం మన సమయాన్ని వృథా చేసే మరియు ఉత్పాదకత లేని కార్యకలాపాలను గుర్తించవచ్చు.

సమయాన్ని వృథా చేసే మరియు ఉత్పాదకత లేని కార్యకలాపాల కొన్ని ఉదాహరణలు:

- సోషల్ మీడియాలో ఎక్కువ సమయం గడపడం.
- అవసరం లేని టెలివిజన్ లేదా సినిమాలు చూడడం.
- ఫోన్‌లో ఎక్కువ సమయం గడపడం.
- ఆఫీసులో లేదా ఇంట్లో అవసరం లేని పనులను చేయడం.
- అవసరం లేని కొనుగోళులు చేయడం.
- అవసరం లేని సమావేశాలలో పాల్గొనడం.

ఈ కార్యకలాపాలను తగ్గించడానికి లేదా తొలగించడానికి, మనం క్రింది చర్యలను తీసుకోవచ్చు:

- సమయాన్ని నిర్వహించడానికి ఒక ప్రణాళికను రూపొందించండి.
- మీ లక్ష్యాలను స్పష్టంగా మరియు నిర్దిష్టంగా నిర్వచించండి.
- మీ సమయాన్ని ఎలా ఉపయోగించాలనుకుంటున్నారో మీకు తెలుసుకోండి.
- మీకు అవసరమైన సమయాన్ని కేటాయించండి.
- అవసరం లేని కార్యకలాపాలను నివారించండి.
- మీ సమయాన్ని మరింత సమర్థవంతంగా ఉపయోగించడానికి మార్గాలను కనుగొనండి.

సామర్థ్యం మరియు ప్రభావవత్త కోసం మీ అలవాట్లను మూల్యాంకనం చేయడం

మన అలవాట్లు మన జీవితంలో ఒక ముఖ్యమైన పాత్ర పోషిస్తాయి. అవి మనం ఎలాంటి వ్యక్తులుగా మారాలి, మనం ఎలాంటి విజయాలను సాధించాలి అనే దానిపై ప్రభావం చూపుతాయి. కాబట్టి, మన అలవాట్లను మూల్యాంకనం చేయడం మరియు వాటిని మెరుగుపరచడం చాలా ముఖ్యం.

ఈ వ్యాసంలో, మన అలవాట్లను సామర్థ్యం మరియు ప్రభావవత్త కోసం ఎలా మూల్యాంకనం చేయాలో చర్చిస్తాము. మన అలవాట్లను మూల్యాంకనం చేయడానికి కొన్ని ఉపయోగకరమైన పద్ధతులు, మన అలవాట్లను మెరుగుపరచడానికి కొన్ని చిట్కాలు మరియు మన అలవాట్లను మార్చడం ద్వారా మన జీవితంలో మార్పును సృష్టించడానికి కొన్ని ఉదాహరణలు ఇక్కడ ఉన్నాయి.

మన అలవాట్లను మూల్యాంకనం చేయడం ఎందుకు ముఖ్యం?

మన అలవాట్లను మూల్యాంకనం చేయడం ద్వారా మనం మన జీవితంలో ఏమి చేస్తున్నాము మరియు ఏమి చేయాలనుకుంటున్నాము అనే దాని గురించి స్పష్టమైన అవగాహన పొందవచ్చు. మన అలవాట్లు మన లక్ష్యాలకు మద్దతు ఇస్తున్నాయా లేదా వాటిని అడ్డుకుంటున్నాయా అనే దానిని కూడా మనం గుర్తించవచ్చు.

మన అలవాట్లను మూల్యాంకనం చేయడం ద్వారా మనం మన జీవితంలో మార్పును సృష్టించడానికి ఒక మార్గాన్ని కనుగొనవచ్చు. మనకు సరిపోని అలవాట్లను మార్చడం

ద్వారా మనం మన లక్ష్యాలను సాధించడానికి మరింత దగ్గరగా వచ్చవచ్చు.

మన అలవాట్లను ఎలా మూల్యాంకనం చేయాలి?

మన అలవాట్లను మూల్యాంకనం చేయడానికి అనేక మార్గాలు ఉన్నాయి. ఇక్కడ కొన్ని ఉపయోగకరమైన పద్ధతులు ఉన్నాయి:

- మీ లక్ష్యాలను పరిగణనలోకి తీసుకోండి. మీరు ఏమి సాధించాలనుకుంటున్నారు? మీ అలవాట్లు మీ లక్ష్యాలకు మద్దతు ఇస్తున్నాయా లేదా వాటిని అడ్డుకుంటున్నాయా అనే దానిని పరిశీలించండి.

- మీ అలవాట్లను ట్రాక్ చేయండి. మీరు ఎలాంటి అలవాట్లు కలిగి ఉన్నారు? మీరు వాటిని ఎంత తరచుగా చేస్తారు? మీ అలవాట్ల గురించి నిర్దిష్టమైన సమాచారాన్ని కలిగి ఉండటం ద్వారా మీరు వాటిని మరింత సమర్థవంతంగా మూల్యాంకనం చేయవచ్చు.

మెరుగుదాతకు దాగి ఉన్న అవకాశాలను కనుగొనడం

మెరుగుదాతలు ఎల్లప్పుడూ మరింత మెరుగ్గా ఉండటానికి కోరుకుంటారు. వారు తమ వ్యక్తిగత, వృత్తిపరమైన మరియు సామాజిక జీవితంలో క్రమం తప్పకుండా మెరుగుదలలు చేయడానికి కృషి చేస్తారు.

మెరుగుదాతలు మెరుగుదలల కోసం అవకాశాలను కనుగొనడంలో నైపుణ్యం కలిగి ఉంటారు. వారు తమ చుట్టూ ఉన్న ప్రపంచాన్ని విమర్శనాత్మకంగా చూస్తారు మరియు మెరుగుపరచడానికి అవకాశాలు ఉన్న ప్రదేశాలను గుర్తిస్తారు.

ఈ వ్యాసంలో, మెరుగుదాతకు దాగి ఉన్న అవకాశాలను కనుగొనడానికి కొన్ని మార్గాలను చర్చిస్తాము. మెరుగుదాతలు మెరుగుదలల కోసం ఎలా చూడాలో, మరియు మెరుగుదలల కోసం అవకాశాలను గుర్తించడానికి వారు ఉపయోగించగల కొన్ని పద్ధతులు ఇక్కడ ఉన్నాయి.

మెరుగుదాతలు మెరుగుదలల కోసం ఎలా చూస్తారు?

మెరుగుదాతలు మెరుగుదలల కోసం చూడటానికి ఒక మార్గం మరింత మెరుగ్గా ఉండే విధానాలను కోసం ఎల్లప్పుడూ చూడటం. వారు తమ స్వంత పని, వారి సహోద్యోగులు, వారి సంస్థలు మరియు వారి ప్రపంచం గురించి ఎల్లప్పుడూ ఆలోచిస్తారు మరియు మెరుగుపరచడానికి మార్గాలు ఉన్నాయా అని చూస్తారు.

మెరుగుదాతలు మెరుగుదలల కోసం చూడటానికి మరొక మార్గం ప్రశ్నలు అడగడం. వారు ఎల్లప్పుడూ "ఎలా మెరుగుపరచగలం?" అనే ప్రశ్నను అడుగుతారు. వారు

ప్రస్తుత పద్ధతులను సవాలు చేస్తారు మరియు మరింత సమర్థవంతమైన లేదా ప్రభావవంతమైన మార్గాలు ఉన్నాయా అని చూస్తారు.

మెరుగుదాతలు మెరుగుదలల కోసం అవకాశాలను ఎలా గుర్తిస్తారు?

మెరుగుదాతలు మెరుగుదలల కోసం అవకాశాలను గుర్తించడానికి అనేక పద్ధతులను ఉపయోగిస్తారు. ఇక్కడ కొన్ని ఉపయోగకరమైన పద్ధతులు ఉన్నాయి:

- విమర్శనాత్మకంగా ఆలోచించండి. మీరు చూస్తున్న దాని గురించి విమర్శనాత్మకంగా ఆలోచించండి. మెరుగుపరచడానికి అవకాశాలు ఉన్నాయా?

- ప్రశ్నలు అడగండి. "ఎలా మెరుగుపరచగలం?" అనే ప్రశ్నను ఎల్లప్పుడూ అడగండి. ప్రస్తుత పద్ధతులను సవాలు చేయండి మరియు మెరుగుదలల కోసం అవకాశాలు ఉన్నాయా అని చూడండి.

అధ్యాయం 3: విజయానికి పునాది వేయడం

దృష్టి మరియు ఉత్పాదకత కోసం బలమైన ఉదయపు దినచర్యను ఏర్పరచడం

ఉదయం ఒక వ్యక్తి యొక్క రోజు యొక్క ముఖ్యమైన సమయం. ఉదయం మనం ఎలాంటి మానసిక మరియు శారీరక స్థితిలో లేము అనే దానిపై మనం మిగిలిన రోజు ఎలా గడుపుతాము అనే దానిపై గణనీయమైన ప్రభావం ఉంటుంది.

దృష్టి మరియు ఉత్పాదకతను మెరుగుపరచడానికి, మనం బలమైన ఉదయపు దినచర్యను అభివృద్ధి చేయడం ముఖ్యం. ఈ దినచర్య మనకు మన రోజును సరైన మార్గంలో ప్రారంభించడంలో మరియు మన లక్ష్యాలను సాధించడానికి అవసరమైన శక్తి మరియు దృష్టిని పొందడంలో సహాయపడుతుంది.

ఈ వ్యాసంలో, దృష్టి మరియు ఉత్పాదకత కోసం బలమైన ఉదయపు దినచర్యను ఎలా ఏర్పరచాలో చర్చిస్తాము. మనం అనుసరించగల కొన్ని నిర్దిష్ట చిట్కాలు మరియు ఉదాహరణలు ఇక్కడ ఉన్నాయి.

దృష్టి మరియు ఉత్పాదకతను మెరుగుపరచడానికి ఉదయపు దినచర్యలో చేర్చాలసిన కొన్ని అంశాలు

- అల్పాహారం: అల్పాహారం రోజులో చాలా ముఖ్యమైన భోజనం. ఇది మనకు శక్తిని అందించడంలో మరియు మన మానసిక స్థితిని మెరుగుపరచడంలో

సహాయపడుతుంది. అల్పాహారంలో ప్రోటీన్, కార్బోహైడ్రేట్లు మరియు ఆరోగ్యకరమైన కొవ్వులు ఉండేలా చూసుకోండి.

- శారీరక కార్యకలాపాలు: ఉదయం శారీరక కార్యకలాపాలలో పాల్గొనడం మన మానసిక మరియు శారీరక ఆరోగ్యానికి చాలా ప్రయోజనకరంగా ఉంటుంది. ఇది మనకు మరింత శక్తిని అందించడంలో, మన మానసిక దృష్టిని మెరుగుపరచడంలో మరియు మన రోజును మరింత సానుకూలంగా ప్రారంభించడంలో సహాయపడుతుంది.

- ధ్యానం లేదా మెడిటేషన్: ధ్యానం లేదా మెడిటేషన్ అనేది మన మనస్సును ప్రశాంతపరచడానికి మరియు దృష్టిని మెరుగుపరచడానికి ఒక గొప్ప మార్గం. ఇది మనకు మరింత నిర్దిష్టమైన మరియు ఏకాగ్రతతో ఉండటంలో సహాయపడుతుంది.

- లక్ష్యాలను నిర్దేశించడం: ఉదయం మన లక్ష్యాలను నిర్దేశించడం మన రోజును మరింత ఉత్పాదకంగా చేయడానికి సహాయపడుతుంది. ఇది మనకు ఏమి చేయాలో స్పష్టమైన దృష్టిని ఇస్తుంది మరియు మనం ప్రధానమైన విషయాలపై దృష్టి పెట్టడంలో సహాయపడుతుంది.

పనులకు ప్రాధాన్యత ఇవ్వడం మరియు చేయాల్సిన పనుల జాబితాను రూపొందించడం

పనులకు ప్రాధాన్యత ఇవ్వడం మరియు చేయాల్సిన పనుల జాబితాను రూపొందించడం అనేది మన జీవితాన్ని మరింత ఉత్పాదకంగా మరియు సమర్థవంతంగా చేయడానికి ఒక ముఖ్యమైన నైపుణ్యం. ఇది మనకు ఏమి చేయాలో స్పష్టమైన దృష్టిని ఇస్తుంది మరియు మన లక్ష్యాలను సాధించడంలో మనకు సహాయపడుతుంది.

ఈ వ్యాసంలో, పనులకు ప్రాధాన్యత ఇవ్వడం మరియు చేయాల్సిన పనుల జాబితాను రూపొందించడానికి కొన్ని చిట్కాలు మరియు ఉదాహరణలు ఇక్కడ ఉన్నాయి.

పనులకు ప్రాధాన్యత ఇవ్వడానికి కొన్ని పద్ధతులు

- తక్షణ ప్రాధాన్యత: ఈ పనులు తక్షణమే చేయవలసిన అవసరం ఉంది. ఉదాహరణకు, ఒక ముఖ్యమైన పని సమయానికి పూర్తి చేయడానికి, లేదా ఒక ముఖ్యమైన సమావేశానికి సిద్ధం చేయడానికి.

- ముఖ్యమైన ప్రాధాన్యత: ఈ పనులు ముఖ్యమైనవి, కానీ అవి తక్షణమే చేయవలసిన అవసరం లేదు. ఉదాహరణకు, మీ లక్ష్యాలను సాధించడానికి అవసరమైన పనులు.

- తక్కువ ప్రాధాన్యత: ఈ పనులు తక్కువ ముఖ్యమైనవి మరియు వాటిని తర్వాత చేయవచ్చు. ఉదాహరణకు, మీ ఇంటిని శుభ్రపరచడం లేదా ఒక చిన్న పనిని పూర్తి చేయడం.

చేయాల్సిన పనుల జాబితాను రూపొందించడానికి కొన్ని చిట్కాలు

- మీ లక్ష్యాలను పరిగణనలోకి తీసుకోండి. మీరు ఏమి సాధించాలనుకుంటున్నారు? మీ లక్ష్యాలను సాధించడానికి అవసరమైన పనుల జాబితాను రూపొందించండి.

- మీ అవసరాలను పరిగణనలోకి తీసుకోండి. మీకు ఎంత సమయం మరియు వనరులు అందుబాటులో ఉన్నాయి? మీ అవసరాలకు తగిన పనుల జాబితాను రూపొందించండి.

- పనులను చిన్నగా విభజించండి. పెద్ద పనులను చిన్నగా విభజించడం వాటిని మరింత నిర్వహించడానికి సులభతరం చేస్తుంది.

- తేదీలు మరియు సమయాలను కేటాయించండి. ప్రతి పనికి తేదీలు మరియు సమయాలను కేటాయించడం మీరు వాటిని సమయానికి పూర్తి చేయడానికి సహాయపడుతుంది.

సమయాన్ని సమర్థవంతంగా నిర్వహించడం మరియు ధ్యాన భంగం చేయకుండా ఉండటం నేర్చుకోవడం

సమయం అనేది ఒక విలువైన వనరు. దీనిని సమర్థవంతంగా నిర్వహించడం ముఖ్యం. ధ్యానం అనేది మన మనస్సును ప్రశాంతపరచడానికి మరియు దృష్టిని మెరుగుపరచడానికి ఒక గొప్ప మార్గం. అయితే, ధ్యానం చేస్తున్నప్పుడు ఏదైనా భంగం కలిగితే, అది మన మనస్సును కలత పెట్టవచ్చు.

ఈ వ్యాసంలో, సమయాన్ని సమర్థవంతంగా నిర్వహించడం మరియు ధ్యాన భంగం చేయకుండా ఉండటం నేర్చుకోవడానికి కొన్ని చిట్కాలు మరియు ఉదాహరణలు ఇక్కడ ఉన్నాయి.

సమయాన్ని సమర్థవంతంగా నిర్వహించడానికి కొన్ని చిట్కాలు

- మీ లక్ష్యాలను పరిగణనలోకి తీసుకోండి. మీరు ఏమి సాధించాలనుకుంటున్నారు? మీ లక్ష్యాలను సాధించడానికి అవసరమైన పనుల జాబితాను రూపొందించండి.

- మీ అవసరాలను పరిగణనలోకి తీసుకోండి. మీకు ఎంత సమయం మరియు వనరులు అందుబాటులో ఉన్నాయి? మీ అవసరాలకు తగిన పనుల జాబితాను రూపొందించండి.

- పనులను చిన్నగా విభజించండి. పెద్ద పనులను చిన్నగా విభజించడం వాటిని మరింత నిర్వహించడానికి సులభతరం చేస్తుంది.

- తేదీలు మరియు సమయాలను కేటాయించండి. ప్రతి పనికి తేదీలు మరియు సమయాలను కేటాయించడం మీరు వాటిని సమయానికి పూర్తి చేయడానికి సహాయపడుతుంది.

- అవసరమైనప్పుడు అవుట్‌సోర్స్ చేయండి. మీరు చేయలేని పనులను ఇతరులకు అప్పగించడం మీ సమయాన్ని మరింత సమర్థవంతంగా ఉపయోగించడంలో మీకు సహాయపడుతుంది.

- ధ్యానం కోసం సమయాన్ని కేటాయించండి. ధ్యానం కోసం ప్రతిరోజూ కనీసం 20 నిమిషాలు సమయాన్ని కేటాయించండి.

ధ్యాన భంగం చేయకుండా ఉండటానికి కొన్ని చిట్కాలు

- మీ ధ్యాన ప్రదేశాన్ని శాంతంగా మరియు ప్రశాంతంగా ఉంచండి.

- ధ్యానం చేయడానికి ముందు మీరు ఏమి చేస్తున్నారో లేదా ఏమి ఆలోచిస్తున్నారు అనే దాని గురించి ఆలోచించడం మానుకోండి.

- మీరు ధ్యానం చేస్తున్నప్పుడు మీ మనస్సులో ఏదైనా ఆలోచనలు లేదా భావాలు వచ్చినప్పుడు, వాటిని గమనించండి మరియు అవి వెళ్లనివ్వండి.

ఆరోగ్యకరమైన ఆలోచనా విధానం మరియు సానుకూల స్వీయ-మాటను అభివృద్ధి చేయడం

ఆరోగ్యకరమైన ఆలోచనా విధానం మరియు సానుకూల స్వీయ-మాట అనేవి మన మానసిక ఆరోగ్యం మరియు శ్రేయస్సు కోసం చాలా ముఖ్యమైనవి. అవి మనం ఎలా ఆలోచిస్తాము, భావిస్తాము మరియు ప్రవర్తిస్తాము అనే దానిపై గణనీయమైన ప్రభావాన్ని చూపుతాయి.

ఈ వ్యాసంలో, ఆరోగ్యకరమైన ఆలోచనా విధానం మరియు సానుకూల స్వీయ-మాటను అభివృద్ధి చేయడానికి కొన్ని చిట్కాలు మరియు ఉదాహరణలు ఇక్కడ ఉన్నాయి.

ఆరోగ్యకరమైన ఆలోచనా విధానం అంటే ఏమిటి?

ఆరోగ్యకరమైన ఆలోచనా విధానం అనేది నిజాయితీగా, నిష్పక్షికంగా మరియు సానుకూలంగా ఆలోచించే విధానం. ఇది మనం ఎదుర్కొంటున్న సవాళ్లను ఎదుర్కోవడానికి మరియు మన లక్ష్యాలను సాధించడానికి సహాయపడుతుంది.

ఆరోగ్యకరమైన ఆలోచనా విధానాన్ని అభివృద్ధి చేయడానికి కొన్ని చిట్కాలు

- మీ ఆలోచనలను గమనించండి. మీరు ఎలా ఆలోచిస్తారో మీరు గమనించడం ముఖ్యం. మీ ఆలోచనలు నిజాయితీగా, నిష్పక్షికంగా మరియు సానుకూలంగా ఉన్నాయో లేదో చూడండి.
- మీ ఆలోచనలను సవాలు చేయండి. మీ ఆలోచనలు వాస్తవికమైనవి మరియు సమర్థవంతమైనవో లేదో

చూడండి. అవి మీరు కోరుకునే వ్యక్తిగా మారడానికి మీకు సహాయపడుతున్నాయా?

- సానుకూల ఆలోచనలను ప్రోత్సహించండి. మీరు మరింత సానుకూలంగా ఆలోచించడానికి ప్రయత్నించండి. మీరు సాధించిన విజయాలను గుర్తుంచుకోండి మరియు మీకు ఏమి సాధించాలనుకుంటున్నారో గురించి ఆలోచించండి.

సానుకూల స్వీయ-మాట అంటే ఏమిటి?

సానుకూల స్వీయ-మాట అనేది మనం మా గురించి మరియు మన సామర్థ్యాల గురించి సానుకూలంగా మాట్లాడే విధానం. ఇది మనకు మరింత ఆత్మవిశ్వాసం మరియు స్వీయ-గౌరవాన్ని పెంచడంలో సహాయపడుతుంది.

సానుకూల స్వీయ-మాటను అభివృద్ధి చేయడానికి కొన్ని చిట్కాలు

- మీ గురించి మంచి విషయాలను చెప్పుకోండి. మీరు మంచిగా చేసిన పనులను గుర్తుంచుకోండి మరియు మీరు ఎలా మెరుగైన వ్యక్తి అవుతున్నారు అనే దానిపై దృష్టి పెట్టండి.

Chapter 4: Cultivating Essential Habits
అధ్యాయం 4: ముఖ్యమైన అలవాట్లను పెంపొందించడం

శారీరక ఆరోగ్యం మరియు శ్రేయస్సు కోసం అలవాట్లను నిర్మించడం

శారీరక ఆరోగ్యం మరియు శ్రేయస్సు అనేవి ప్రతి ఒక్కరికీ ముఖ్యమైనవి. మంచి శారీరక ఆరోగ్యం మనకు బలంగా మరియు శక్తివంతంగా ఉండటానికి, రోగాలను నివారించడానికి మరియు మన జీవితాలను పూర్తిగా ఆస్వాదించడానికి అనుమతిస్తుంది. మంచి శ్రేయస్సు మనకు మానసికంగా మరియు ఆధ్యాత్మికంగా సమృద్ధిగా ఉండటానికి అనుమతిస్తుంది.

శారీరక ఆరోగ్యం మరియు శ్రేయస్సును మెరుగుపరచడానికి అత్యంత ముఖ్యమైన మార్గాలలో ఒకటి మంచి అలవాట్లను అభివృద్ధి చేయడం. మంచి అలవాట్లు మన జీవితాలను మెరుగుపరచడానికి మరియు మన ఆరోగ్యాన్ని మరియు శ్రేయస్సును మెరుగుపరచడానికి సహాయపడతాయి.

శారీరక ఆరోగ్యం మరియు శ్రేయస్సు కోసం కొన్ని ముఖ్యమైన అలవాట్లు ఇక్కడ ఉన్నాయి:

* నిరంతరం వ్యాయామం చేయండి. వ్యాయామం అనేది శారీరక ఆరోగ్యం మరియు శ్రేయస్సును మెరుగుపరచడానికి ఉత్తమ మార్గాలలో ఒకటి. ఇది మీ కండరాలను బలపరుస్తుంది, మీ ఎముకలను

దృఢపరుస్తుంది, మీ శరీర బరువును నియంత్రించడంలో సహాయపడుతుంది మరియు మీ మానసిక ఆరోగ్యాన్ని మెరుగుపరుస్తుంది.

- ఆరోగ్యకరమైన ఆహారం తినండి. మీరు ఏమి తింటారో మీ ఆరోగ్యంపై గణనీయమైన ప్రభావాన్ని చూపుతుంది. ఆరోగ్యకరమైన ఆహారం తినడం వల్ల మీరు ఎక్కువ శక్తిని పొందుతారు, మీ రోగనిరోధక శక్తిని మెరుగుపరుస్తారు మరియు మీ బరువును నియంత్రించడంలో సహాయపడతారు.

- ప్రమాదకరమైన పదార్థాలకు దూరంగా ఉండండి. పొగతాగడం, మద్యపానం మరియు మత్తుపదార్థాల వాడకం మీ ఆరోగ్యానికి చాలా హానికరం. ఈ పదార్థాలను తగ్గించడం లేదా తొలగించడం వల్ల మీ ఆరోగ్యాన్ని మెరుగుపరచడంలో మీకు సహాయపడుతుంది.

- తగినంత నిద్ర పొందండి. నిద్ర అనేది మన శరీరానికి మరియు మనసుకు పునరుద్ధరణ కోసం అవసరం. తగినంత నిద్ర పొందకపోవడం వల్ల మనం అలసటగా, చిరాకుగా మరియు ఏకాగ్రతను కష్టపడతాము.

మానసిక స్పష్టత మరియు భావోద్వేగ మేధస్సు కోసం దినచర్యలను అమలు చేయడం

మానసిక స్పష్టత మరియు భావోద్వేగ మేధస్సు అనేవి మన జీవితాలను మెరుగుపరచడానికి ముఖ్యమైనవి. మానసిక స్పష్టత అనేది మన చుట్టూ ఉన్న ప్రపంచాన్ని మరియు మనలోని భావాలను స్పష్టంగా మరియు నిష్పాక్షికంగా అర్థం చేసుకోగల సామర్థ్యం. భావోద్వేగ మేధస్సు అనేది మన భావాలను అర్థం చేసుకోవడం, నిర్వహించడం మరియు వాటిని సానుకూలంగా ఉపయోగించగల సామర్థ్యం.

మానసిక స్పష్టత మరియు భావోద్వేగ మేధస్సును మెరుగుపరచడానికి అనేక మార్గాలు ఉన్నాయి. ఒక మార్గం రోజువారీ దినచర్యలను అమలు చేయడం. ఈ దినచర్యలు మన మానసిక మరియు భావోద్వేగ ఆరోగ్యాన్ని మెరుగుపరచడంలో సహాయపడతాయి.

మానసిక స్పష్టతను మెరుగుపరచడానికి దినచర్యలు

- నిత్యం ధ్యానం లేదా మరింత ప్రశాంతమైన అభ్యాసం చేయండి. ధ్యానం మన మనస్సును ప్రశాంతపరచడంలో మరియు మన చుట్టూ ఉన్న ప్రపంచాన్ని స్పష్టంగా చూడడంలో సహాయపడుతుంది.
- తగినంత నిద్ర పొందండి. నిద్ర మన మనస్సును పునరుద్ధరించడంలో మరియు మనకు స్పష్టమైన ఆలోచనా ప్రక్రియను అందించడంలో సహాయపడుతుంది.

- ఆరోగ్యకరమైన ఆహారం తినండి. ఆరోగ్యకరమైన ఆహారం మన మనస్సును ఆరోగ్యంగా ఉంచడంలో సహాయపడుతుంది.

- శారీరకంగా చురుకుగా ఉండండి. వ్యాయామం మన మనస్సును స్పష్టపరచడానికి మరియు మన శరీరానికి పునరుద్ధరణను అందించడంలో సహాయపడుతుంది.

భావోద్వేగ మేధస్సును మెరుగుపరచడానికి దినచర్యలు

- మీ భావాలను గుర్తించడం మరియు అర్థం చేసుకోవడం నేర్చుకోండి. మీ భావాలను నిర్లక్ష్యం చేయడం లేదా అణచివేయడం మీ మానసిక ఆరోగ్యానికి హానికరం.

- మీ భావాలను నిర్వహించడానికి ఆరోగ్యకరమైన మార్గాలను కనుగొనండి. ద్వేషం, భయం మరియు కోపం వంటి హానికరమైన భావాలను ఎలా నిర్వహించాలో నేర్చుకోవడం ముఖ్యం.

వ్యక్తిగత మరియు వృత్తిపరమైన వృద్ధి కోసం అలవాట్లను అభివృద్ధి చేయడం

వ్యక్తిగత మరియు వృత్తిపరమైన వృద్ధి అనేది ప్రతి ఒక్కరికీ ముఖ్యం. మనం వ్యక్తిగతంగా మరియు వృత్తిపరంగా ఎదగడానికి, మనం మంచి అలవాట్లను అభివృద్ధి చేయడం ముఖ్యం.

మంచి అలవాట్లు మనకు మరింత సామర్ధ్యాన్ని, ఉత్పాదకతను మరియు సంతృప్తిని ఇస్తాయి. అవి మనకు మన లక్ష్యాలను చేరుకోవడంలో సహాయపడతాయి.

వ్యక్తిగత మరియు వృత్తిపరమైన వృద్ధి కోసం కొన్ని ముఖ్యమైన అలవాట్లు ఇక్కడ ఉన్నాయి:

నిర్దిష్ట లక్ష్యాలను సెట్ చేయండి. మీరు ఏమి సాధించాలనుకుంటున్నారో మీకు తెలియకపోతే, మీరు దానిని సాధించలేరు. మీ లక్ష్యాలను నిర్దిష్టంగా, అంచనా వేయగలవిగా మరియు సమయపరిమితంగా ఉంచండి.

మీ లక్ష్యాలను ట్రాక్ చేయండి. మీరు మీ లక్ష్యాలను చేరుకోవడంలో ఎంత దూరంలో ఉన్నారో తెలుసుకోవడం ముఖ్యం. మీరు మీ అభివృద్ధిని ట్రాక్ చేయడానికి ఒక గోల్ ట్రాకర్‌ను ఉపయోగించవచ్చు లేదా కేవలం మీ కదలికలను ఒక డైరీలో నమోదు చేయవచ్చు.

నిరంతరం నేర్చుకోండి. ప్రపంచం నిరంతరం మారుతూ ఉంటుంది, కాబట్టి మనం కూడా మారడం ముఖ్యం. మీరు మీ పనిలో, మీ వృత్తిలో లేదా మీ వ్యక్తిగత జీవితంలో

మెరుగుపడాలనుకుంటే, మీరు నిరంతరం కొత్త విషయాలు నేర్చుకోవాలి.

మీ సమయాన్ని మేనేజ్ చేయండి. మీకు సమయం లేకపోతే, మీరు ఏమీ సాధించలేరు. మీరు మీ సమయాన్ని ఎలా మేనేజ్ చేయాలో నేర్చుకోవడం ముఖ్యం. మీరు సమయ నిర్వహణ పద్ధతులను ఉపయోగించవచ్చు లేదా మీ సమయాన్ని ఎలా మరింత సమర్థవంతంగా ఉపయోగించాలో ఒక ప్లాన్ను రూపొందించుకోవచ్చు.

మీ ఆరోగ్యాన్ని సంరక్షించండి. మీరు ఆరోగ్యంగా లేకపోతే, మీరు ఏమీ సాధించలేరు. మీరు ఆరోగ్యకరమైన ఆహారం తినడం, తగినంత నిద్ర పొందడం మరియు శారీరకంగా చురుకుగా ఉండటం ద్వారా మీ ఆరోగ్యాన్ని సంరక్షించుకోవాలి.

మీ రోజువారీ చర్యల ద్వారా ఉద్దేశ్యం మరియు అర్థాన్ని సృష్టించడం

ఉద్దేశ్యం మరియు అర్థం అనేవి మన జీవితాలను సంతృప్తికరంగా మరియు సమగ్రంగా మార్చగల శక్తివంతమైన శక్తులు. అవి మనకు ఒక లక్ష్యాన్ని ఇస్తాయి, ఏదోక కోసం పోరాడటానికి ఒక కారణాన్ని ఇస్తాయి మరియు మన జీవితాలకు ఒక అర్థాన్ని ఇస్తాయి.

మీ రోజువారీ చర్యల ద్వారా ఉద్దేశ్యం మరియు అర్థాన్ని సృష్టించడానికి అనేక మార్గాలు ఉన్నాయి. కొన్ని సాధారణ మార్గాలు ఇక్కడ ఉన్నాయి:

మీకు ముఖ్యమైన విషయాలపై దృష్టి పెట్టండి. మీకు ఏమి ముఖ్యమో తెలుసుకోవడం మొదటి అడుగు. మీ విలువలు, మీ ఆసక్తులు మరియు మీరు ప్రపంచంలో ఏమి సాధించాలనుకుంటున్నారనే దానిపై ఆలోచించండి.

మీ లక్ష్యాలను సెట్ చేయండి. మీకు ముఖ్యమైన విషయాలపై దృష్టి పెట్టిన తర్వాత, మీరు వాటిని సాధించడానికి మీరు ఏమి చేయాలనుకుంటున్నారో నిర్ణయించుకోవాలి. మీ లక్ష్యాలను నిర్దిష్టంగా, అంచనా వేయగలవిగా మరియు సమయపరిమితంగా ఉంచండి.

మీ లక్ష్యాలను ట్రాక్ చేయండి. మీ లక్ష్యాలను చేరుకోవడంలో ఎంత దూరంలో ఉన్నారో తెలుసుకోవడం ముఖ్యం. మీ అభివృద్ధిని ట్రాక్ చేయడానికి మీరు ఒక గోల్ ట్రాకర్‌ను ఉపయోగించవచ్చు లేదా కేవలం మీ కదలికలను ఒక డైరీలో నమోదు చేయవచ్చు.

మీరు చేసే పనిలో అర్థాన్ని కనుగొనండి. మీరు చేసే పని మీకు ముఖ్యమైనదని మరియు ప్రపంచానికి ఏదో ఒక విధంగా సహాయపడుతుందని భావించడం ముఖ్యం. మీ పనిలో అర్థాన్ని కనుగొనడానికి, మీరు మీ పని యొక్క ప్రభావాన్ని పరిగణించవచ్చు లేదా మీ పని మీకు ఏమి అందిస్తుందో ఆలోచించవచ్చు.

మీరు ఇతరులకు సహాయం చేయండి. ఇతరులకు సహాయం చేయడం మీ జీవితానికి అర్థాన్ని ఇవ్వడానికి గొప్ప మార్గం. మీరు మీ సమయం, మీ నైపుణ్యాలు లేదా మీ డబ్బును ఇతరులకు ఇవ్వడం ద్వారా సహాయం చేయవచ్చు.

Chapter 5: Overcoming Challenges and Maintaining Motivation

అధ్యాయం 5: సవాళ్లను అధిగమించడం మరియు ప్రేరణను కొనసాగించడం

అలవాటు ఏర్పడటానికి ఉన్న అడ్డంకులను గుర్తించి పరిష్కరించడం

అలవాటు ఏర్పడటం అనేది ఒక క్లిష్టమైన ప్రక్రియ. మనం కొత్త అలవాటును ఏర్పరచుకోవాలనుకుంటే, మనం ముందుగానే అడ్డంకులను గుర్తించి వాటిని పరిష్కరించడం ముఖ్యం.

అలవాటు ఏర్పడటానికి ఉన్న అడ్డంకులు అనేక రకాలుగా ఉండవచ్చు. కొన్ని సాధారణ అడ్డంకులు ఇక్కడ ఉన్నాయి:

- అలవాటును ప్రారంభించడానికి కష్టంగా ఉండటం.

- అలవాటును నిర్వహించడానికి కష్టంగా ఉండటం.

- అలవాటును విచ్చిన్నం చేయడానికి కష్టంగా ఉండటం.

అలవాటును ప్రారంభించడానికి కష్టంగా ఉండటానికి అనేక కారణాలు ఉండవచ్చు. మనం అలవాటును ఏర్పరచుకోవాలనుకుంటున్నామని నిజంగా నమ్మకపోవచ్చు. లేదా, అలవాటును ప్రారంభించడానికి మనకు సమయం లేదా శక్తి ఉండకపోవచ్చు.

అలవాటును నిర్వహించడానికి కష్టంగా ఉండటానికి కూడా అనేక కారణాలు ఉండవచ్చు. మనం అలవాటును ఏర్పరచుకోవడానికి అవసరమైన సామర్థ్యం లేదా

నైపుణ్యాలను కలిగి ఉండకపోవచ్చు. లేదా, మనం అలవాటును నిర్వహించడానికి అవసరమైన కట్టుబాట్లను కలిగి ఉండకపోవచ్చు.

అలవాటును విచ్ఛిన్నం చేయడానికి కష్టంగా ఉండటానికి కూడా అనేక కారణాలు ఉండవచ్చు. అలవాటు మనకు చాలా అలవాటు అయిపోయి ఉండవచ్చు. లేదా, అలవాటును విచ్ఛిన్నం చేయడానికి మనకు తగినంత ప్రోత్సాహం ఉండకపోవచ్చు.

అలవాటు ఏర్పడటానికి ఉన్న అడ్డంకులను గుర్తించి వాటిని పరిష్కరించడానికి, మనం ముందుగానే మన లక్ష్యాలను స్పష్టంగా నిర్వచించుకోవాలి. మనం ఏ అలవాటును ఏర్పరచుకోవాలనుకుంటున్నామో, ఆ అలవాటు మన జీవితంలో ఎలా ఉపయోగకరంగా ఉంటుందో మనం ఆలోచించాలి.

మన లక్ష్యాలను స్పష్టంగా నిర్వచించుకున్న తర్వాత, మనం అడ్డంకులను గుర్తించడానికి మనల్ని మనం సవాలు చేయాలి. మనం అలవాటును ప్రారంభించడానికి, నిర్వహించడానికి లేదా విచ్ఛిన్నం చేయడానికి ఏమి మనకు అడ్డుపడుతుందో మనం ఆలోచించాలి.

వెనుకడుగులు మరియు బలహీనత యొక్క క్షణాలను ఎదుర్కోవడం

జీవితంలో ఎవరికైనా వెనుకడుగులు మరియు బలహీనత యొక్క క్షణాలు వస్తాయి. ఇవి చాలా కష్టమైన సమయాలు కావచ్చు, కానీ వాటి నుండి నేర్చుకోవడానికి మరియు బలంగా మారడానికి మనం వాటిని ఉపయోగించవచ్చు.

వెనుకడుగులను ఎదుర్కోవడానికి మరియు బలహీనత యొక్క క్షణాలను ఎదుర్కోవడానికి కొన్ని చిట్కాలు ఇక్కడ ఉన్నాయి:

- మీ భావాలను అంగీకరించండి. వెనుకడుగులను ఎదుర్కోవడం కష్టమైనది, కాబట్టి మీరు కోపంగా, నిరాశగా లేదా భయపడటం సహజం. మీ భావాలను అంగీకరించడం మరియు వాటిని అనుభవించడానికి మీకు సమయం ఇవ్వడం ముఖ్యం.

- మీ భావాలను వ్యక్తపరచండి. మీరు కష్టమైన సమయంతో పోరాడుతున్నట్లయితే, మీరు నమ్మే వ్యక్తులతో మీ భావాలను మాట్లాడటం మంచిది. మీ భావాలను వ్యక్తపరచడం మిమ్మల్ని తేలికపడేలా చేస్తుంది మరియు మీరు ఒంటరిగా లేరని మీకు తెలియజేస్తుంది.

- మీకు సహాయం చేయడానికి లభించే వనరులను అన్వేషించండి. మీరు వెనుకడుగులను ఎదుర్కోవడంలో ఇబ్బంది పడుతుంటే, మీకు సహాయం చేయడానికి అనేక వనరులు అందుబాటులో ఉన్నాయి. మీరు ఒక థెరపిస్ట్‌తో మాట్లాడవచ్చు, సహాయక గుంపులకు హాజరవ్వవచ్చు లేదా ఆన్‌లైన కౌన్సెలింగ్‌ను పొందవచ్చు.

- మీ లక్ష్యాలపై దృష్టి పెట్టండి. వెనుకడుగులు ఎదురైనప్పుడు, మీరు మీ లక్ష్యాలను కోల్పోవడం సులభం. అయితే, మీ లక్ష్యాలపై దృష్టి పెట్టడం ముఖ్యం. మీరు ఎక్కడికి వెళ్లాలనుకుంటున్నారో గుర్తుంచుకోవడం మరియు మీ లక్ష్యాలను చేరుకోవడానికి మీరు కష్టపడి పనిచేయడం కొనసాగించడానికి మిమ్మల్ని ప్రోత్సహిస్తుంది.

వెనుకడుగులు మరియు బలహీనత యొక్క క్షణాలు మన జీవితంలో ఆవశ్యకమైనవి. అవి మనల్ని మరింత బలంగా మరియు మరింత స్థిరంగా చేయగలవు. ఈ సమయాలను ఉపయోగించి మనం మన నుండి నేర్చుకోవచ్చు మరియు మనం ఎక్కడికి వెళ్లాలనుకుంటున్నామో గుర్తుంచుకోవచ్చు.

ఉత్సాహంగా మరియు ట్రాక్‌లో ఉండటానికి వ్యూహాలను ఉపయోగించడం

ఉత్సాహం మరియు కట్టుబాటు ఏదైనా లక్ష్యాన్ని సాధించడానికి అవసరమైన రెండు ముఖ్యమైన అంశాలు. మీరు ఉత్సాహంగా ఉంటే, మీరు మీ లక్ష్యాలను చేరుకోవడానికి కష్టపడటానికి మరియు అడ్డంకులను అధిగమించడానికి మరింత ఎక్కువగా ఉంటారు. మీరు కట్టుబడి ఉంటే, మీరు మీ లక్ష్యాలను చేరుకోవడానికి అవసరమైన కృషిని కొనసాగించడానికి మరింత ఎక్కువగా ఉంటారు.

ఉత్సాహాన్ని మరియు కట్టుబాటును నిర్వహించడానికి అనేక వ్యూహాలు ఉన్నాయి. కొన్ని సాధారణ వ్యూహాలు ఇక్కడ ఉన్నాయి:

- మీ లక్ష్యాలను స్పష్టంగా మరియు నిర్దిష్టంగా నిర్వచించండి. మీరు మీ లక్ష్యాలను స్పష్టంగా మరియు నిర్దిష్టంగా నిర్వచిస్తే, మీరు వాటిని చేరుకోవడానికి మరింత ఎక్కువగా ఉంటారు.

- మీ లక్ష్యాలను చిన్న, నిర్వహించగలిగే చిన్న భాగాలుగా విభజించండి. మీ లక్ష్యాలను చిన్న భాగాలుగా విభజించడం వాటిని చేరుకోవడం మరింత సులభం చేస్తుంది.

- మీ ప్రగతిని ట్రాక్ చేయండి. మీ ప్రగతిని ట్రాక్ చేయడం మీరు మీ లక్ష్యాలను సాధించడానికి వెళ్తున్నారని చూడటానికి మరియు మీ ఉత్సాహాన్ని నిలబెట్టుకోవడానికి సహాయపడుతుంది.

- మీ లక్ష్యాలను చేరుకోవడానికి మీకు సహాయపడే వ్యక్తులను కనుగొనండి. మీ లక్ష్యాలను చేరుకోవడానికి

మీకు సహాయపడే వ్యక్తులను కనుగొనడం మీ ఉత్సాహాన్ని నిలబెట్టుకోవడానికి మరియు మీ లక్ష్యాలను చేరుకోవడానికి మరింత ఎక్కువగా ఉంటుంది.

ఉత్సాహాన్ని మరియు కట్టుబాటును నిర్వహించడానికి మీకు సహాయపడే అనేక వ్యక్తిగత వ్యూహాలు కూడా ఉన్నాయి. కొన్ని ప్రజలు తమ లక్ష్యాల గురించి ఒక రోజువారీ లేదా వారంవారీ డైరీలో రాయడం ద్వారా సహాయం పొందుతారు. మరికొందరు తమ లక్ష్యాలను చేరుకోవడానికి కృషి చేస్తున్న ఇతరులతో సమావేశాలు నిర్వహించడం ద్వారా సహాయం పొందుతారు.

మీకు సరిపోయే వ్యూహాలను కనుగొనడానికి ప్రయత్నించండి మరియు వాటిని క్రమం తప్పకుండా ఉపయోగించండి. ఉత్సాహం మరియు కట్టుబాటు మీ లక్ష్యాలను చేరుకోవడానికి మీకు అవసరమైన శక్తిని ఇస్తాయి.

మద్దతు వ్యవస్థను నిర్మించడం మరియు బాధ్యతగల భాగస్వాములను కనుగొనడం

మద్దతు వ్యవస్థ అనేది మీరు మీ లక్ష్యాలను చేరుకోవడానికి మరియు మీ జీవితంలో విజయవంతం కావడానికి మీకు సహాయపడే వ్యక్తుల మరియు సంస్థల సమితి. బాధ్యతగల భాగస్వాములు అనేక రూపాల్లో ఉంటారు. వారు మీ కుటుంబం, స్నేహితులు, గురువులు, కోచ్‌లు లేదా ఇతర వ్యక్తులు కావచ్చు.

మద్దతు వ్యవస్థను నిర్మించడం మరియు బాధ్యతగల భాగస్వాములను కనుగొనడం అనేది మీ లక్ష్యాలను చేరుకోవడానికి మరియు మీ జీవితంలో విజయవంతం కావడానికి చాలా ముఖ్యం. మద్దతు వ్యవస్థ మీకు క్రింది విధాలుగా సహాయపడుతుంది:

- మీరు ఉత్సాహంగా మరియు ట్రాక్‌లో ఉండటానికి మద్దతు ఇస్తుంది.
- మీరు అడ్డంకులను అధిగమించడంలో మీకు సహాయపడుతుంది.
- మీరు విజయాన్ని సాధించినప్పుడు మీకు గుర్తు చేస్తుంది.

బాధ్యతగల భాగస్వాములు మీకు క్రింది విధాలుగా సహాయపడతారు:

- మీ లక్ష్యాలను స్పష్టంగా మరియు నిర్దిష్టంగా నిర్వచించడంలో మీకు సహాయపడతారు.

- మీ లక్ష్యాలను చేరుకోవడానికి మీకు ప్రేరణ మరియు ప్రోత్సాహాన్ని అందిస్తారు.

- మీరు అడ్డంకులను అధిగమించడంలో మీకు సహాయపడతారు.

మద్దతు వ్యవస్థను నిర్మించడానికి మరియు బాధ్యతగల భాగస్వాములను కనుగొనడానికి కొన్ని చిట్కాలు ఇక్కడ ఉన్నాయి:

- మీకు ముఖ్యమైన విషయాలపై దృష్టి పెట్టండి. మీరు ఎవరితో మద్దతు పొందాలనుకుంటున్నారో ఆలోచించండి. మీ లక్ష్యాలను సాధించడానికి మీకు సహాయపడే వ్యక్తులను కనుగొనండి.

- మీరు ఎవరో మరియు మీరు ఏమి సాధించాలనుకుంటున్నారో మీరు తెలుసుకోండి. మీరు మీ లక్ష్యాలను మరియు మీరు వాటిని ఎలా చేరుకోవాలనుకుంటున్నారో స్పష్టంగా అర్థం చేసుకోండి.

- మీరు మద్దతు పొందాలనుకుంటున్న వ్యక్తులను కనుగొనడానికి మీరు చేయగలిగేదంతా చేయండి. మీరు ఆన్‌లైన్‌లో, మీ కమ్యూనిటీలో లేదా మీ పనిలో కనెక్ట్ అవ్వవచ్చు.

- మీరు మద్దతు పొందాలనుకుంటున్న వ్యక్తులతో ఓపెన్ మరియు ఒప్పందంతో ఉండండి. మీరు వారికి ఏమి అందించగలరో మరియు వారు మీకు ఏమి అందించగలరో స్పష్టంగా తెలియజేయండి.

అధ్యాయం 6: మీ జీవితంలో విజయవంతమైన అలవాట్లను సమగ్రపరచడం

మీ వ్యక్తిగత అవసరాలు మరియు జీవనశైలికి అనుగుణంగా మీ అలవాట్లను సర్దుబాటు చేసుకోండి

అలవాట్లు అనేవి మన జీవితాలను ఆకృతి చేస్తాయి. మనం ప్రతిరోజూ చేసే పనులు మన ఆరోగ్యం, శ్రేయస్సును మరియు ఫలితాలను ప్రభావితం చేస్తాయి. మన అలవాట్లను మన వ్యక్తిగత అవసరాలు మరియు జీవనశైలికి అనుగుణంగా సర్దుబాటు చేయడం ద్వారా, మనం మరింత సంతృప్తికరమైన మరియు సమర్ధవంతమైన జీవితాన్ని గడపవచ్చు.

మీ అలవాట్లను సర్దుబాటు చేయడానికి ముందు, మీరు మీ అవసరాలు మరియు జీవనశైలి గురించి ఆలోచించాలి. మీరు ఏమి సాధించాలనుకుంటున్నారు? మీకు ఏమి ముఖ్యం? మీరు ఎంత సమయం మరియు శక్తిని కలిగి ఉన్నారు? మీ అవసరాలు మరియు జీవనశైలి గురించి మీరు మరింత తెలుసుకున్న తర్వాత, మీ అలవాట్లను సర్దుబాటు చేయడానికి మీరు మరింత సమర్ధవంతంగా ఉండవచ్చు.

మీ అలవాట్లను సర్దుబాటు చేయడానికి కొన్ని చిట్కాలు ఇక్కడ ఉన్నాయి:

- చిన్న మార్పులతో ప్రారంభించండి. ఒకేసారి చాలా మార్పులు చేయడం చాలా కష్టం మరియు అసాధ్యం.

మీరు ఒక సమయంలో ఒక అలవాటును లక్ష్యంగా చేసుకోండి మరియు దానిపై దృష్టి పెట్టండి.

- మీరు సాధించాలనుకుంటున్న మార్పులను స్పష్టంగా నిర్వచించండి. మీరు ఏమి మార్చాలనుకుంటున్నారో మీకు తెలిస్తే, మీరు దానిని సాధించడానికి మరింత సమర్థవంతంగా ఉండవచ్చు.

- మీ అలవాట్లను మార్చడానికి మీకు సహాయపడే వ్యక్తులను లేదా వనరులను కనుగొనండి. మీకు మద్దతు లేదా ప్రోత్సాహం అవసరమైతే, మీరు ఒక స్నేహితుడు, కుటుంబ సభ్యుడు లేదా కౌన్సెలర్‌తో మాట్లాడవచ్చు.

- మీరు ఒక పతనాన్ని ఎదుర్కొన్నప్పుడు ఓపెన్ మరియు సహనంతో ఉండండి. అందరూ పతనాలను ఎదుర్కొంటారు. మీరు ఒక పతనాన్ని ఎదుర్కొన్నట్లయితే, మీరు ఏమి నేర్చుకున్నారో ఆలోచించండి మరియు మీరు ముందుకు సాగడానికి ఎలా చేయగలరో ప్లాన్ చేయండి.

కొత్త అలవాట్లను మీ ఇప్పటికే ఉన్న దినచర్యలో సజావుగా విలీనం చేయండి

కొత్త అలవాట్లను అలవడించుకోవడం కష్టం కావచ్చు, కానీ మీ ఇప్పటికే ఉన్న దినచర్యలో వాటిని సజావుగా విలీనం చేయడం ద్వారా, మీరు మరింత విజయవంతంగా ఉండవచ్చు.

కొత్త అలవాట్లను అలవడించుకోవడానికి సమయం మరియు కృషి అవసరం. మీరు ఒకేసారి చాలా మార్పులు చేయడానికి ప్రయత్నిస్తే, మీరు ఓడిపోవచ్చు. మీరు చిన్న మార్పులతో ప్రారంభించడం మరియు క్రమంగా మీ అలవాట్లను మెరుగుపరచడం ద్వారా మీరు మరింత విజయవంతంగా ఉండవచ్చు.

కొత్త అలవాట్లను మీ ఇప్పటికే ఉన్న దినచర్యలో సజావుగా విలీనం చేయడానికి కొన్ని చిట్కాలు ఇక్కడ ఉన్నాయి:

- మీ లక్ష్యాలను స్పష్టంగా నిర్వచించండి. మీరు ఏమి సాధించాలనుకుంటున్నారో మీకు తెలిస్తే, మీరు మీ దినచర్యను దాని చుట్టూ రూపొందించడానికి మరింత సమర్థవంతంగా ఉండవచ్చు.

- మీ అలవాట్లను మీ దినచర్యలో సులభతరం చేయండి. మీ అలవాట్లను మీ రోజువారీ జీవితంలో సులభంగా చేర్చడానికి మీరు ఏమి చేయవచ్చో ఆలోచించండి. ఉదాహరణకు, మీరు ఉదయం పూర్తిగా హైడ్రేటెడ్‌గా ఉండాలనుకుంటే, మీ బెడ్ సైడ్ టేబుల్‌పై నీటి సీసా ఉంచండి.

- మీ అలవాట్లను ట్రాక్ చేయండి. మీరు మీ అలవాట్లను ఎలా అనుసరిస్తున్నారో చూడటానికి మీరు ట్రాకింగ్ సిస్టమ్‌ను ఉపయోగించవచ్చు. ఇది మీకు ప్రోత్సాహాన్ని అందించడంలో మరియు మీ మార్గంలో ఉండటంలో సహాయపడుతుంది.

- మీ అలవాట్లను మీ జీవితంలో ఒక భాగంగా చేయండి. మీ అలవాట్లు మీ రోజువారీ జీవితంలో ఒక భాగంగా మారినప్పుడు, వాటిని అలవడించుకోవడం సులభం అవుతుంది.

కొత్త అలవాట్లను అలవడించుకోవడం కష్టం కావచ్చు, కానీ అది సాధ్యమే. మీరు ఈ చిట్కాలను అనుసరించడం ద్వారా, మీరు మీ లక్ష్యాలను సాధించడానికి మరింత దగ్గరగా ఉండవచ్చు.

అలవాటు ఏర్పడే ప్రక్రియను మెరుగుపరచడానికి టెక్నాలజీని ఉపయోగించండి

అలవాట్లు మన జీవితాలను ఆకృతి చేస్తాయి. మనం ప్రతిరోజూ చేసే పనులు మన ఆరోగ్యం, శ్రేయస్సు మరియు ఫలితాలను ప్రభావితం చేస్తాయి. మంచి అలవాట్లను అలవడించుకోవడం మరియు చెడు అలవాట్లను వదులుకోవడం ద్వారా, మనం మరింత సంతృప్తికరమైన మరియు సమర్ధవంతమైన జీవితాన్ని గడపవచ్చు.

అలవాటు ఏర్పడే ప్రక్రియ చాలా కష్టం మరియు సమయం తీసుకునేది కావచ్చు. ఒక అలవాటును అలవడించుకోవడానికి సుమారు 21 రోజులు పడుతుంది, కానీ మీరు ఒకేసారి చాలా మార్పులు చేయడానికి ప్రయత్నిస్తే, మీరు ఓడిపోవచ్చు. మీరు చిన్న మార్పులతో ప్రారంభించడం మరియు క్రమంగా మీ అలవాట్లను మెరుగుపరచడం ద్వారా మీరు మరింత విజయవంతంగా ఉండవచ్చు.

టెక్నాలజీ అలవాటు ఏర్పడే ప్రక్రియను మెరుగుపరచడానికి ఒక శక్తివంతమైన సాధనం. టెక్నాలజీని ఉపయోగించి, మీరు మీ అలవాట్లను ట్రాక్ చేయవచ్చు, మీకు ప్రోత్సాహాన్ని అందించవచ్చు మరియు మీ మార్గంలో ఉండటంలో మీకు సహాయపడే పరికరాలను సృష్టించవచ్చు.

అలవాటు ఏర్పడే ప్రక్రియను మెరుగుపరచడానికి టెక్నాలజీని ఉపయోగించడానికి కొన్ని మార్గాలు ఇక్కడ ఉన్నాయి:

- మీ అలవాట్లను ట్రాక్ చేయండి. మీరు మీ అలవాట్లను ఎలా అనుసరిస్తున్నారో చూడటానికి మీరు ట్రాకింగ్

సిస్టమ్‌ను ఉపయోగించవచ్చు. ఇది మీకు ప్రోత్సాహాన్ని అందించడంలో మరియు మీ మార్గంలో ఉండటంలో మీకు సహాయపడుతుంది.

* మీకు ప్రోత్సాహాన్ని అందించండి. మీరు మీ అలవాట్లను అనుసరిస్తున్నప్పుడు, మీకు ప్రోత్సాహాన్ని అందించడానికి మీరు చెక్కాలజీని ఉపయోగించవచ్చు. ఉదాహరణకు, మీరు మీ ఫోన్‌లో ఒక యాప్‌ను ఉపయోగించవచ్చు ఇది మీ ప్రతి విజయానికి మీకు చిన్న బహుమతిని ఇస్తుంది.

* మీ మార్గంలో ఉండటంలో మీకు సహాయపడే పరికరాలను సృష్టించండి. మీరు మీ మార్గంలో ఉండటంలో మీకు సహాయపడే పరికరాలను సృష్టించడానికి మీరు చెక్కాలజీని ఉపయోగించవచ్చు.

అవసరమైనప్పుడు మీ అలవాట్లను స్వీకరించడం మరియు మార్చుకోవడం నేర్చుకోండి.

అలవాట్లు మన జీవితాలను ఆకృతి చేస్తాయి. మనం ప్రతిరోజూ చేసే పనులు మన ఆరోగ్యం, శ్రేయస్సును మరియు ఫలితాలను ప్రభావితం చేస్తాయి. మంచి అలవాట్లను అలవడించుకోవడం మరియు చెడు అలవాట్లను వదులుకోవడం ద్వారా, మనం మరింత సంతృప్తికరమైన మరియు సమర్థవంతమైన జీవితాన్ని గడపవచ్చు.

అయితే, మన అలవాట్లు ఎల్లప్పుడూ మనకు సహాయకరంగా ఉండకపోవచ్చు. కొన్నిసార్లు, మన అలవాట్లు మన లక్ష్యాలను సాధించడంలో మనకు అడ్డంకులుగా మారతాయి. అలాంటప్పుడు, మన అలవాట్లను స్వీకరించడం మరియు మార్చుకోవడం నేర్చుకోవడం ముఖ్యం.

మీ అలవాట్లను స్వీకరించడం

మీ అలవాట్లను స్వీకరించడం అనేది వాటిని మార్చడానికి మొదటి దశ. మీ అలవాట్లను మార్చడానికి ముందు, మీరు మొదట వాటిని అర్థం చేసుకోవాలి. మీరు ఎందుకు ఆ అలవాట్లను కలిగి ఉన్నారు? వాటి ప్రయోజనాలు ఏమిటి? వాటి ప్రతికూలతలు ఏమిటి?

మీ అలవాట్లను అర్థం చేసుకోవడం ద్వారా, మీరు వాటిని మార్చడానికి మార్గాలను కనుగొనడం సులభం అవుతుంది. ఉదాహరణకు, మీరు సిగరెట్లు తాగడం అలవాటు పడితే, మీరు మొదట ఎందుకు సిగరెట్లు తాగుతున్నారో అర్థం చేసుకోవాలి. మీరు ఒత్తిడిని తగ్గించడానికి లేదా మీ స్నేహితులతో కనెక్ట్ అవ్వడానికి సిగరెట్లు తాగుతున్నారా? మీ అలవాట్ల వెనుక

ఉన్న కారణాలను అర్థం చేసుకోవడం ద్వారా, మీరు వాటిని మార్చడానికి మరింత సమర్థవంతమైన పద్ధతులను కనుగొనవచ్చు.

మీ అలవాట్లను మార్చుకోవడం

మీ అలవాట్లను మార్చుకోవడానికి, మీరు క్రమం తప్పకుండా మరియు కృషిగా ఉండాలి. ఒకేసారి చాలా మార్పులు చేయడానికి ప్రయత్నించకూడదు. చిన్న మార్పులతో ప్రారంభించండి మరియు క్రమంగా వాటిని పెంచండి.

Chapter 7: Measuring progress and Celebrating Achievements

అధ్యాయం 7: పురోగతిని కొలిచే మరియు సాధనలను జరుపుకోవడం

మీ పురోగతిని ట్రాక్ చేయడం మరియు సానుకూల మార్పులను గమనించడం

మీ అలవాట్లను మార్చుకోవడం అనేది ఒక సవాలుగా ఉండవచ్చు. మీరు మీ లక్ష్యాలను సాధించడానికి దృష్టి పెట్టడం ముఖ్యం, కానీ మీ పురోగతిని ట్రాక్ చేయడం కూడా ముఖ్యం. మీరు మీ పురోగతిని చూడగలిగితే, మీరు మరింత ప్రేరణ పొందుతారు మరియు మీ లక్ష్యాలను సాధించడానికి కృషి చేయడం కొనసాగించడానికి మరింత సుముఖంగా ఉంటారు.

మీ పురోగతిని ట్రాక్ చేయడానికి అనేక మార్గాలు ఉన్నాయి. మీరు ఒక డైరీని ఉంచుకోవచ్చు, లేదా మీరు ఒక యాప్‌ను ఉపయోగించవచ్చు. మీరు కేవలం మీ పురోగతిని మీ మనసులో ఉంచవచ్చు.

మీ పురోగతిని ట్రాక్ చేయడం ద్వారా, మీరు మీరు ఎంత దూరం వచ్చారో చూడగలరు. మీరు మీ లక్ష్యాలను సాధించడానికి దగ్గరగా ఉన్నారని చూసి, మీరు మరింత ప్రేరణ పొందుతారు.

మీ పురోగతిని ట్రాక్ చేయడం ద్వారా, మీరు మీ అలవాట్లలో మీరు చేసిన సానుకూల మార్పులను కూడా గమనించవచ్చు. మీరు మరింత ఆరోగ్యకరమైన ఆహారం తినడం

ప్రారంభించారని లేదా మీరు మరింత తరచుగా వ్యాయామం చేస్తున్నారని గమనించినప్పుడు, మీరు మీరు మీ లక్ష్యాలను సాధించడానికి మార్గంలో ఉన్నారని తెలుసుకోవడానికి సంతోషంగా ఉంటారు.

మీ పురోగతిని ట్రాక్ చేయడానికి మరియు సానుకూల మార్పులను గమనించడానికి కొన్ని చిట్కాలు ఇక్కడ ఉన్నాయి:

- మీ లక్ష్యాలను స్పష్టంగా నిర్వచించండి. మీరు ఏమి సాధించాలనుకుంటున్నారో మీకు తెలిస్తే, మీరు మీ పురోగతిని మరింత సులభంగా ట్రాక్ చేయవచ్చు.

- మీ పురోగతిని వారానికి ఒకసారి లేదా నెలకు ఒకసారి ట్రాక్ చేయండి. మీరు చాలా తరచుగా ట్రాక్ చేస్తే, మీరు చికాకు పడవచ్చు లేదా నిరుత్సాహపడవచ్చు.

- మీ పురోగతిని గుర్తించండి. మీరు మీ లక్ష్యాలను సాధించడానికి దగ్గరగా ఉన్నారని చూసినప్పుడు, మీరు మీ పురోగతిని గుర్తించడానికి సమయం కేటాయించండి.

మీ పురోగతిని ట్రాక్ చేయడం మరియు సానుకూల మార్పులను గమనించడం అనేవి మీ అలవాట్లను మార్చుకోవడంలో మీకు సహాయపడే ముఖ్యమైన అంశాలు. మీరు ఈ చిట్కాలను అనుసరిస్తే, మీరు మీ లక్ష్యాలను సాధించడానికి మరింత దగ్గరగా ఉంటారు.

మీ విజయాలను గుర్తించండి, ఎంత చిన్నవి అయినా వాటిని జరుపుకోండి.

మనం ఎవరైనా ఎప్పుడైనా విజయాలను సాధిస్తాము. అది ఒక చిన్న లక్ష్యాన్ని సాధించడం అయినా లేదా ఒక పెద్ద లక్ష్యాన్ని సాధించడం అయినా, అది ఒక విజయం. మనం మన విజయాలను గుర్తించడం మరియు వాటిని జరుపుకోవడం ముఖ్యం.

మనం మన విజయాలను గుర్తించకపోతే, మనం వాటిని విలువైనవిగా లేదా ముఖ్యమైనవిగా భావించము. మనం మన లక్ష్యాలను సాధించడానికి మరింత కృషి చేయడానికి ప్రేరణ పొందము. మనం మన విజయాలను జరుపుకోకపోతే, మనం ఒక దృష్టిని కోల్పోతాము మరియు మనం ఏమి సాధించామో మనం మరచిపోతాము.

మనం మన విజయాలను గుర్తించడానికి మరియు వాటిని జరుపుకోవడానికి అనేక మార్గాలు ఉన్నాయి. మనం మనకు గుర్తుంచుకోవడానికి ఒక డైరీని ఉంచుకోవచ్చు, లేదా మనం మన లక్ష్యాలను సాధించినప్పుడు మనకు ఒక బహుమతిని ఇవ్వవచ్చు. మనం మన స్నేహితులు లేదా కుటుంబ సభ్యులతో మన విజయాలను పంచుకోవచ్చు.

మనం మన విజయాలను గుర్తించడానికి మరియు వాటిని జరుపుకోవడానికి కొన్ని చిట్కాలు ఇక్కడ ఉన్నాయి:

- మీ లక్ష్యాలను స్పష్టంగా నిర్వచించండి. మీరు ఏమి సాధించాలనుకుంటున్నారో మీకు తెలిస్తే, మీరు మీ విజయాలను గుర్తించడం మరింత సులభం అవుతుంది.

- మీ విజయాలను చిన్న చిన్న దశలుగా విభజించండి. మీరు ఒక పెద్ద లక్ష్యాన్ని సాధించాలనుకుంటే, దానిని చిన్న చిన్న దశలుగా విభజించడం సహాయపడుతుంది. దీనివల్ల మీరు మీ విజయాలను మరింత తరచుగా జరుపుకోవచ్చు.

- మీ విజయాలను గుర్తించడానికి మరియు వాటిని జరుపుకోవడానికి సమయం కేటాయించండి. మీరు మీ విజయాలను గుర్తించడానికి సమయం కేటాయించకపోతే, మీరు వాటిని గుర్తుంచుకోవడం మరియు వాటిని జరుపుకోవడం మర్చిపోతారు.

మనం మన విజయాలను గుర్తించడం మరియు వాటిని జరుపుకోవడం ద్వారా, మనం మన లక్ష్యాలను సాధించడానికి మరింత ప్రేరణ పొందుతాము మరియు మన జీవితంలో మరింత సంతృప్తిని పొందుతాము.

నిరంతర ప్రయత్నం మరియు అంకితభావానికి మిమ్మల్ని మీరు ప్రతిఫలంగా ఇవ్వండి

నిరంతర ప్రయత్నం మరియు అంకితభావం ద్వారా మనం ఏదైనా సాధించగలము. మన లక్ష్యాలను సాధించడానికి మనం కృషి చేస్తే, మనం చివరికి విజయం సాధిస్తాము.

మనం మన లక్ష్యాలను సాధించడానికి కృషి చేస్తున్నప్పుడు, మనం మనల్ని మనం ప్రతిఫలంగా ఇవ్వడం ముఖ్యం. మనం మన కృషికి విలువ ఇవ్వడం ద్వారా, మనం మరింత ప్రేరణ పొందగలుగుతాము మరియు మన లక్ష్యాలను సాధించడానికి మరింత కృషి చేయగలుగుతాము.

మనల్ని మనం ప్రతిఫలంగా ఇవ్వడానికి అనేక మార్గాలు ఉన్నాయి. మనం మనకు ఇష్టమైనదాన్ని కొనుగోలు చేయవచ్చు, మనకు ఇష్టమైన కార్యకలాపంలో పాల్గొనవచ్చు లేదా మనకు ఇష్టమైన వ్యక్తులతో సమయం గడపవచ్చు.

మనల్ని మనం ప్రతిఫలంగా ఇవ్వడం ద్వారా, మనం మనకు శక్తిని ఇస్తాము మరియు మన లక్ష్యాలను సాధించడానికి మరింత దృఢంగా మరియు నిబద్ధతతో ఉండటానికి సహాయపడుతాము.

మనల్ని మనం ప్రతిఫలంగా ఇవ్వడానికి కొన్ని చిట్కాలు ఇక్కడ ఉన్నాయి:

- మీరు సాధించిన ప్రతి దానికీ మీకు చిన్న బహుమతిని ఇవ్వండి. ఇది మీ ప్రయత్నాలను గౌరవించడానికి మరియు మీకు ప్రేరణ ఇవ్వడానికి ఒక గొప్ప మార్గం.

- మీరు లక్ష్యాన్ని సాధించినప్పుడు, మీరు ఎందుకు ఆ లక్ష్యాన్ని సాధించాలనుకున్నారో గుర్తుంచుకోండి. ఇది మీకు మరింత ప్రేరణ ఇవ్వడానికి మరియు మీ లక్ష్యాలను సాధించడానికి మరింత కృషి చేయడానికి సహాయపడుతుంది.

- మీరు మీ లక్ష్యాలను సాధించడానికి కృషి చేస్తున్నప్పుడు, మీరు చేసిన ప్రగతిని గుర్తించండి. ఇది మీకు సానుకూలంగా ఉండటానికి మరియు మీ లక్ష్యాలను సాధించడానికి మరింత దృఢంగా మరియు నిబద్ధతతో ఉండటానికి సహాయపడుతుంది.

మనల్ని మనం ప్రతిఫలంగా ఇవ్వడం ద్వారా, మనం మన లక్ష్యాలను సాధించడానికి మరింత దగ్గరగా ఉంటాము మరియు మన జీవితంలో మరింత సంతృప్తిని పొందము.

సానుకూల దృక్పథాన్ని కొనసాగించండి మరియు దీర్ఘకాలిక లక్ష్యాలపై దృష్టి సారించండి

సానుకూల దృక్పథం అనేది మన జీవితంలో చాలా ముఖ్యమైనది. ఇది మనం భవిష్యత్తును ఎలా చూస్తాము మరియు మన లక్ష్యాలను సాధించడానికి ఎంత దృఢంగా పని చేస్తాము అనే దానిపై ప్రభావాన్ని చూపుతుంది.

దీర్ఘకాలిక లక్ష్యాలపై దృష్టి సారించడం కూడా ముఖ్యం. మనం ఏమి సాధించాలనుకుంటున్నామో మనకు తెలిస్తే, మనం దానిని సాధించడానికి మరింత దృఢంగా మరియు నిబద్ధతతో ఉండగలుగుతాము.

ఈ రెండింటినీ కలిపి, సానుకూల దృక్పథాన్ని కొనసాగించడం మరియు దీర్ఘకాలిక లక్ష్యాలపై దృష్టి సారించడం ద్వారా, మనం మన జీవితంలో మరింత సంతృప్తిని మరియు విజయాన్ని పొందవచ్చు.

సానుకూల దృక్పథం యొక్క ప్రయోజనాలు

సానుకూల దృక్పథం యొక్క అనేక ప్రయోజనాలు ఉన్నాయి, వీటిలో:

- మరింత ఆరోగ్యంగా మరియు సంతోషంగా ఉండడానికి సహాయపడుతుంది
- సమస్యలను పరిష్కరించడానికి సహాయపడుతుంది
- మరింత సృజనాత్మక మరియు ఉత్పాదకంగా ఉండడానికి సహాయపడుతుంది

- మరింత సానుకూలమైన సంబంధాలను కలిగి ఉండటానికి సహాయపడుతుంది

దీర్ఘకాలిక లక్ష్యాలపై దృష్టి సారించడం యొక్క ప్రయోజనాలు

దీర్ఘకాలిక లక్ష్యాలపై దృష్టి సారించడం యొక్క అనేక ప్రయోజనాలు ఉన్నాయి, వీటిలో:

- మరింత దృఢంగా మరియు నిబద్ధతతో ఉండటానికి సహాయపడుతుంది

- మరింత సంతృప్తిని కలిగిస్తుంది

- మరింత సానుకూలమైన భవిష్యత్తును సృష్టించడానికి సహాయపడుతుంది

సానుకూల దృక్పథాన్ని కొనసాగించడానికి మరియు దీర్ఘకాలిక లక్ష్యాలపై దృష్టి సారించడానికి కొన్ని చిట్కాలు

- మీరు ఏమి సాధించాలనుకుంటున్నారో తెలుసుకోండి. మీ లక్ష్యాలు మీకు ముఖ్యమైనవి మరియు మీరు వాటిని సాధించడానికి దృఢంగా ఉన్నారని నిర్ధారించుకోండి.

- మీ లక్ష్యాలను చిన్న చిన్న దశలుగా విభజించండి. ఇది మీ లక్ష్యాలను సాధించడం మరింత సులభతరం చేస్తుంది.

- మీ ప్రగతిని ట్రాక్ చేయండి. ఇది మీరు ముందుకు సాగుతున్నారని మరియు మీరు సరైన మార్గంలో ఉన్నారని చూడటానికి మిమ్మల్ని ప్రోత్సహిస్తుంది.

Chapter 8: Conclusion
అధ్యాయం 8: ముగింపు

విజయవంతమైన అలవాట్లను నిర్మించడం యొక్క మార్పులేని శక్తి

అలవాట్లు మన జీవితంలో ఒక ముఖ్యమైన పాత్ర పోషిస్తాయి. అవి మనం ఎలా ఆలోచిస్తాము, ఎలా ప్రవర్తిస్తాము మరియు మన జీవితాన్ని ఎలా గడుపుతాము అనే దానిపై ప్రభావాన్ని చూపుతాయి.

విజయవంతమైన అలవాట్లను నిర్మించడం ద్వారా, మనం మన లక్ష్యాలను సాధించడానికి మరియు మన జీవితంలో మరింత సంతృప్తిని పొందడానికి మన అవకాశాలను పెంచుకోవచ్చు.

విజయవంతమైన అలవాట్లను నిర్మించడానికి కొన్ని ముఖ్యమైన అంశాలు

- మీ లక్ష్యాలను స్పష్టంగా నిర్వచించండి. మీరు ఏమి సాధించాలనుకుంటున్నారో మీకు తెలిస్తే, మీరు మీ లక్ష్యాలను సాధించడానికి మరింత దృఢంగా మరియు నిబద్ధతతో ఉండగలుగుతాము.

- మీ లక్ష్యాలను చిన్న చిన్న దశలుగా విభజించండి. ఇది మీ లక్ష్యాలను సాధించడం మరింత సులభతరం చేస్తుంది.

- మీ ప్రగతిని ట్రాక్ చేయండి. ఇది మీరు ముందుకు సాగుతున్నారని మరియు మీరు సరైన మార్గంలో ఉన్నారని చూడటానికి మిమ్మల్ని ప్రోత్సహిస్తుంది.

- మీ అలవాట్లను స్థిరంగా ఉంచండి. అలవాట్లు ఏర్పడటానికి సమయం పడుతుంది, కాబట్టి మీరు ఓపికగా ఉండాలి.

విజయవంతమైన అలవాట్ల యొక్క కొన్ని ఉదాహరణలు

- ఉదయం త్వరగా లేవడం
- ఆరోగ్యకరమైన ఆహారం తినడం
- వ్యాయామం చేయడం
- నేర్చుకోవడానికి సమయం కేటాయించడం
- మీకు ఇష్టమైన కార్యకలాపాలను చేయడం

విజయవంతమైన అలవాట్లను నిర్మించడం ద్వారా మీరు పొందగలిగే ప్రయోజనాలు

- మీ లక్ష్యాలను సాధించడానికి మరింత దగ్గరగా ఉంటారు.
- మీరు మరింత సంతృప్తికరమైన మరియు సంతోషకరమైన జీవితాన్ని గడుపుతారు.
- మీరు మరింత ఉత్పాదకంగా మరియు సమర్థవంతంగా ఉంటారు.
- మీరు మరింత ఆరోగ్యంగా మరియు శక్తివంతంగా ఉంటారు.

విజయవంతమైన అలవాట్లను నిర్మించడం ఒక సవాలు కావచ్చు, కానీ అది ఖచ్చితంగా విలువైనది. మీరు మీ లక్ష్యాలను సాధించడానికి మరియు మీ జీవితంలో మరింత సంతృప్తిని పొందడానికి నిర్ణయించుకుంటే, విజయవంతమైన అలవాట్లను నిర్మించడం ప్రారంభించండి.

ఎలా నిరంతర ప్రయత్నం శాశ్వతమైన మార్పులకు మరియు వ్యక్తిగత సంతృప్తికి దారితీస్తుంది.

నిరంతర ప్రయత్నం అనేది మన జీవితంలో మనం సాధించగలిగే అత్యంత శక్తివంతమైన అంశాలలో ఒకటి. ఇది మనకు కష్టపడి పని చేయడానికి, మన లక్ష్యాలను సాధించడానికి మరియు మన జీవితంలో మార్పులు తీసుకురావడానికి సహాయపడుతుంది.

నిరంతర ప్రయత్నం శాశ్వతమైన మార్పులకు దారితీస్తుంది

మనం నిరంతరం ప్రయత్నిస్తే, మనం చివరికి మన లక్ష్యాలను సాధిస్తాము. అయితే, ఈ మార్పులు ఒకేసారి జరగవు. అవి సమయం మరియు కృషిని తీసుకుంటాయి.

ఉదాహరణకు, మీరు బరువు తగ్గాలని నిర్ణయించుకుంటే, మీరు తప్పనిసరిగా మీ ఆహారం మరియు వ్యాయామం యొక్క అలవాట్లను మార్చుకోవాలి. ఇది ఒక రోజులో జరగదు. మీరు క్రమం తప్పకుండా ప్రయత్నిస్తే, మీరు చివరికి మీ లక్ష్యాన్ని సాధిస్తారు.

నిరంతర ప్రయత్నం వ్యక్తిగత సంతృప్తికి దారితీస్తుంది

మనం నిరంతరం ప్రయత్నిస్తే, మనం మరింత సంతృప్తికరమైన మరియు సంతోషకరమైన జీవితాన్ని గడుపుతాము. ఇది ఎందుకంటే మనం మన లక్ష్యాలను సాధించడానికి మరియు మన జీవితంలో మార్పులు తీసుకురావడానికి కృషి చేస్తున్నామని మనకు తెలుసు. ఇది మాకు ఒక భావాన్ని ఇస్తుంది.

ఉదాహరణకు, మీరు కొత్త నైపుణ్యాన్ని నేర్చుకోవాలని నిర్ణయించుకుంటే, మీరు క్రమం తప్పకుండా ప్రయత్నిస్తే, మీరు చివరికి ఆ నైపుణ్యాన్ని నేర్చుకోవడంలో విజయం సాధిస్తారు. ఇది మీకు ఒక భావాన్ని ఇస్తుంది మరియు మీరు మీ స్వంత సామర్థ్యాలపై మరింత నమ్మకాన్ని పెంచుకుంటారు.

నిరంతర ప్రయత్నం కోసం కొన్ని చిట్కాలు

- మీ లక్ష్యాలను స్పష్టంగా నిర్వచించండి. మీరు ఏమి సాధించాలనుకుంటున్నారో మీకు తెలిస్తే, మీరు మీ లక్ష్యాలను సాధించడానికి మరింత దృఢంగా మరియు నిబద్ధతతో ఉండగలుగుతాము.

- మీ లక్ష్యాలను చిన్న చిన్న దశలుగా విభజించండి. ఇది మీ లక్ష్యాలను సాధించడం మరింత సులభతరం చేస్తుంది.

- మీ ప్రగతిని ట్రాక్ చేయండి. ఇది మీరు ముందుకు సాగుతున్నారని మరియు మీరు సరైన మార్గంలో ఉన్నారని చూడటానికి మిమ్మల్ని ప్రోత్సహిస్తుంది.

విజయవంతమైన వ్యక్తులు మరియు వారి అలవాట్ల యొక్క ప్రేరణాత్మక ఉదాహరణలు

విజయం అనేది ఒక వ్యక్తిగత నిర్వచనం. ఇది ఒక వ్యక్తి తన జీవితంలో ఏమి సాధించాలనుకుంటున్నాడనే దానిపై ఆధారపడి ఉంటుంది. కొంతమంది విజయాన్ని డబ్బు, గుర్తింపు లేదా శక్తిగా చూస్తారు. ఇతరులు దాన్ని సంతోషం, సంతృప్తి లేదా సమాజానికి సేవ చేయడం ద్వారా కనుగొంటారు.

అయితే, విజయవంతమైన వ్యక్తులందరికీ కొన్ని సాధారణ లక్షణాలు ఉన్నాయి. వారు సాధారణంగా కష్టపడి పని చేస్తారు, అంకితభావంతో ఉంటారు మరియు తమ లక్ష్యాలపై దృష్టి పెడతారు. వారు సాధారణంగా మంచి అలవాట్లను కలిగి ఉంటారు, అవి వారికి విజయం సాధించడంలో సహాయపడతాయి.

విజయవంతమైన వ్యక్తుల యొక్క కొన్ని ప్రేరణాత్మక అలవాట్లు ఇక్కడ ఉన్నాయి:

- వారు నిరంతరం నేర్చుకుంటూ ఉంటారు. వారు తమ రంగంలోని తాజా పరిణామాల గురించి తెలుసుకోవడానికి పుస్తకాలు, వెబ్‌సైట్‌లు మరియు సెమినార్‌లను చదువుతారు. వారు కొత్త నైపుణ్యాలను నేర్చుకోవడానికి కూడా సమయాన్ని కేటాయిస్తారు.

- వారు కఠినమైన పనిని చేయడానికి సిద్ధంగా ఉంటారు. వారు తమ లక్ష్యాలను సాధించడానికి అవసరమైనంత

కష్టపడి పని చేస్తారు. వారు ఓపికగా ఉంటారు మరియు సవాలులను ఎదుర్కోవడానికి సిద్ధంగా ఉంటారు.

- వారు వారి లక్ష్యాలపై దృష్టి పెడతారు. వారు తమ లక్ష్యాలను స్పష్టంగా నిర్వచిస్తారు మరియు వాటిని సాధించడానికి ఒక ప్రణాళికను రూపొందిస్తారు. వారు తమ లక్ష్యాలను ఎప్పటికీ కోల్పోకుండా ఉండటానికి వాటిని తమ ముందు ఉంచుతారు.

- వారు సానుకూలంగా ఉంటారు. వారు విజయం సాధించగలరని నమ్ముతారు మరియు అవసరమైనప్పుడు వారు తిరిగి లేవగలరు. వారు ప్రతికూలతను అధిగమించడానికి మరియు వారి లక్ష్యాలను సాధించడానికి సిద్ధంగా ఉంటారు.

చర్యకు పిలుపు మరియు వ్యక్తిగత వృద్ధి యొక్క భవిష్యత్తుపై దృష్టి

వ్యక్తిగత వృద్ధి అనేది ఒక జీవితకాల ప్రయాణం. మనం ఎప్పటికీ నేర్చుకుంటూ, పెరుగుతూ మరియు మెరుగుపడుతూ ఉంటాము. మనం ఎంత ఎక్కువ చర్య తీసుకుంటే, మనం అంత ఎక్కువ వృద్ధి చెందగలము.

చర్యకు పిలుపు

మనం వ్యక్తిగతంగా వృద్ధి చెందాలనుకుంటే, మనం చర్య తీసుకోవడం ప్రారంభించాలి. మనం మన లక్ష్యాలను స్పష్టంగా నిర్వచించాలి మరియు వాటిని సాధించడానికి ఒక ప్రణాళికను రూపొందించాలి. మనం కష్టపడి పని చేయాలి మరియు సవాలులలను ఎదుర్కోవడానికి సిద్ధంగా ఉండాలి.

వ్యక్తిగత వృద్ధి యొక్క భవిష్యత్తు

వ్యక్తిగత వృద్ధి యొక్క భవిష్యత్తు చాలా ప్రకాశవంతంగా ఉంది. సాంకేతికత మరియు సమాచార ప్రవాహం యొక్క పురోగతి వల్ల, మనం మన వ్యక్తిగత వృద్ధిని మరింత సులభంగా మరియు సమర్ధవంతంగా చేయగలము.

వ్యక్తిగత వృద్ధిని మెరుగుపరచడానికి కొన్ని మార్గాలు ఇక్కడ ఉన్నాయి:

- మీ లక్ష్యాలను స్పష్టంగా నిర్వచించండి. మీరు ఏమి సాధించాలనుకుంటున్నారో తెలిస్తే, మీరు మీ

ప్రయాణంలో ఏ దశలో ఉన్నారో మరియు మీరు ఎక్కడికి వెళుతున్నారో మీకు తెలుస్తుంది.

- మీ ప్రణాళికను రూపొందించండి. మీ లక్ష్యాలను సాధించడానికి మీరు ఏమి చేయాలి? మీరు ఒక ప్రణాళికను రూపొందించడం ద్వారా మీ లక్ష్యాలను సాధించడానికి మీ ప్రయాణాన్ని మరింత సమర్థవంతంగా చేయవచ్చు.

- కష్టపడి పని చేయండి. వ్యక్తిగత వృద్ధి సులభం కాదు. మీ లక్ష్యాలను సాధించడానికి మీరు కష్టపడి పని చేయాలి.

- సవాలులను ఎదుర్కోండి. మీ మార్గంలో సవాలులు ఎప్పటికీ ఉంటాయి. మీరు వాటిని ఎదుర్కోవడానికి సిద్ధంగా ఉంటే, మీరు బలంగా మరియు బలంగా ఉంటారు.

- సానుకూలంగా ఉండండి. సానుకూల దృక్పథం మీ లక్ష్యాలను సాధించడానికి మీకు సహాయపడుతుంది.

వ్యక్తిగత వృద్ధి ఒక జీవితకాల ప్రయాణం. మనం ఎంత ఎక్కువ చర్య తీసుకుంటే, మనం అంత ఎక్కువ వృద్ధి చెందగలము. మనం మన లక్ష్యాలను స్పష్టంగా నిర్వచించుకోవాలి, మన ప్రణాళికను రూపొందించుకోవాలి మరియు కష్టపడి పని చేయాలి.

www.ingramcontent.com/pod-product-compliance
Lightning Source LLC
LaVergne TN
LVHW010657200726
843507LV00011B/1915